க்ஷணப்பித்தம்

தொ.மு.சி. ரகுநாதன்

Title: Kshanappitham

Author: T. M. C. Ragunathan

Language: Tamil

First Published on: 1952

Year of Publication: 2025

Book Format: Paperback

*Page Size: 6inch * 9inch*

Category: Fiction

Subject: Short Stories

No. of pages: 94

ISBN: 978-81-998117-8-2

Published by: Nilan Publishers, Madurai, Tamilnadu, India

பொருளடக்கம்

குறிப்புகளுக்காக

பதிப்புரை

தமிழ்ச் சிறுகதை உலகில் புதுமைப்பித்தனின் வழித் தோன்றலாக அடியெடுத்து வைத்து, தமக்கென ஒரு ஸ்தானத்தையும் தேடிக்கொண்டுள்ள எழுத்தாளர் ரகுநாதன் அவர்கள். அன்னார் ஆரம்ப காலத்திலும் அதற்குப் பின்னரும் எழுதிய ஏழு சிறுகதைகள் இந்தத் தொகுதியில் அடங்கியுள்ளன. ஆசிரியர் ரகுநாதனின் கதை சொல்லும் திறனையும் சொல்லாட்சியின் வளத்தையும் வலுவையும் இந்தத் தொகுதியிலும் வாசகர்கள் காண முடியும். இந்தத் தொகுதியின் மறு பதிப்பை ரகுநாதன் நூல்கள் என்ற எங்கள் வரிசையில் சேர்த்து வெளியிடுவதில் மகிழ்ச்சியடைகிறோம்.

மதுரை
24-11-80

செ. செல்லப்பன்.

க்ஷணப்பித்தம்

மனோதத்துவத்தைப்பற்றி ராகவனுக்கு ஒன்றுமே தெரியாது; தெரிந்திருந்தால் அந்தச் சங்கடங்களும் ஏற்பட்டிராது. அற்பச் சபலமும் தட்டியிராது. ஆனால், ராகவனை விட்டுவிடுவோம். உண்மையில் மனித வாழ்க்கை மனோ தத்துவ ரீதியில்தான் நடக்கிறதா?

அது எனக்குத் தெரியாது.

மனிதனுடைய பிரதான குணங்கள் எல்லாம் ரஜோ தமோ சத்வ குணங்களுக்குள்ளேயே அடங்கிவிட்டது என்று நம் முன்னோர்கள் கூறியிருக்கிறார்கள்.

ரஜோ குணமாகிய காமத்தை அமுங்கடித்தால், தமோ குணமான குரோத உணர்ச்சியின் கை ஓங்கி விடும். குரோதத்தை உள்ளடக்கினால், காமம் படம் எடுத்துச் சீறும். ரஜோ தமோ குணங்களை வெற்றி கண்டால் சத்வகுணமான சாந்த உணர்ச்சி நெஞ்சில் படரும்..

அப்படித்தானா?

கொஞ்சம் விவரமாகப் பார்க்கலாம். ரஜோ குணத்தை அதாவது ஆசாபாசத்தை உள்ளடக்கிய விஸ்வாமித்திரர் மகா கோபி. ஆனால் மேனகை காட்டிய கண்ணசைப்பில் தமோ குணம் படத்தைச் சுருக்கிப் படுத்துவிட்டது. எனவே, காமம் தன் செந்நாக்குகளைச் சுழற்றி நக்கிக்கொண்டு சீறியெழுந்தது. அதன் விளைவாக சகுந்தலை பிறந்து விட்டாள். ஆனால், வசிஷ்ட மகரிஷி இப்படிப்பட்டவரல்ல. அவர் ரஜோ தமோ குணங்களை எல்லாம் வென்றவர். சாந்த சொரூபி. நமது நாட்டுக் கவிஞர்கள் விஸ்வாமித்திரரைப் எல்லாம் உள்ளட க்கியவர் என்றும், புலனுணர்ச்சிகளை வசிஷ்டரைப் புலனுணர்ச்சிகளை எல்லாம் அறுத்தெறிந்தவர் என்றும்

குறிப்பிடுகிறார்கள். அதாவது விஸ்வாமித்திரரை எந்தச் சமயத்திலும் புலனுணர்ச்சி ஆட்கொள்ளும், ஆனால், வசிஷ்டரைப் புலனுணர்ச்சிகள் அசைத்துவிட முடியாது என்பது தான் தாத்பரியம்.

ராகவன் வசிஷ்டன் அல்ல; விஸ்வாமித்திரன்தான். அவன் ஒரு குடும்பஸ்தன். வசிஷ்டரைப்போல் புலனுணர்ச்சிகளை யெல்லாம் சுட்டெறித்துவிட்டு, காமக் குரோத மத் மாச்சரியங்களை வென்றுவிட்ட சாந்த சொரூபியாய் இருக்க அவனால் முடியாது; இருந்தால் அது தர்ம விரோதம். ஆனால் விஸ்வாமித்திரரைப்போல் அவன் முன்கோபியாயிருந்தான்; முன்கோபம் அவனுக்கு உடன்பிறப்பு. எனவே அவன் காமத்தை உள்ளடக்கிய கர்மயோகி என்றும் அர்த்தமல்ல; அவன் காமத்தை அடக்கவில்லை.

அதற்குக் காரணம் அவன் மனைவி. ஸ்ரீமதி ராகவனான ராஜம்மா நல்ல அழகி. மூக்கும் முழியும் செதுக்கிவைத்த மாதிரி. அழகானவள்; நிறம் சிவப்பு. சுண்டினால் ரத்தம் தறிக்கும் என்பார்களே - அத்தனை அழகு. அவள் உடல் மட்டும் அப்படியல்ல; உள்ளமும் அப்படித்தான். ஒரு சுடுசொல்லைப் பொறுக்கமாட்டாள். இப்படிப்பட்ட அழகியை வைத்துக்கொண்டு, ராகவன் காமத்தைப் பூட்டுப் போட்டு வைக்க முடியாது. ராகவன் அப்படிச் செய்யவில்லை. அதற்கு அத்தாட்சியாக, சொர்ண விக்ரகம் பெற்றெடுத்த கிருஷ்ண விக்ரகம் மாதிரி செல்வச் சிரஞ்சீவி பாலச்சந்திரன் 'அப்பா அப்பா' என்று சுற்றி வருகிறான்.

இருந்தாலும் ராகவனுக்குச் சமயங்களில் ரஜோ குணம் உள்ளடங்கிப் போவதுண்டு. அதற்குக் காரணம் அவன் பார்த்துவந்த குமாஸ்தா உத்தியோகம்; ராஜம்மா அல்ல! சர்க்கார் சட்டப்படி தினம் ஏழு மணி நேர வேலையென் றாலும், அதற்காக ஐந்து மணிக்கே கோட்டை மாட்டிக் கொண்டு அவனால் கிளம்பிவிட முடியாது. மேல் உத்தி யோகஸ்தரின் கெடுபிடிக்குப் பயந்து சமயங்களில் ஏழு எட்டு மணிவரை வேலை பார்த்துவிட்டுத்தான் திரும்புவான்

ராகவன்! காலையில் பரக்கப் பரக்கச் சுடுசாதம் சாப்பிட்டு விட்டு, மத்தியானம் ஆபீஸ் காண்டீனில் ஒரு கப் காப்பியோ, டிபனோ சாப்பிட்டு விட்டுச் செக்குமாடு மாதிரி திரும்பிவரும் ராகவன் உடம்பில் ரஜோ குணம் இருக்காது. பசியின் பிடுங்கலால் தமோ குணம்தான் இருக்கும். வயிற்றில் பசி எடுத்தால் காமம் படுத்துவிடும்; கோபநாடி படபடக்கும். இந்த நிலைமையில் ராகவன் வீடு திரும்பினால், அவனது தமோ குணத்தைப் பசியாற்றுவதன் மூலம் உள்ளடக்கி, ரஜோ நாடியைத் தட்டி யெழுப்புவது சகதர்மிணியின் கடமை. ராஜம்மாவோ பட்டணக்கரைப் பிறவி! எனவே அந்த ஞானம் அவ்வளவாக இருக்குமென்று எதிர்பார்க்க முடியாது. எனவே அவள் சர்வாலங்கார பூஷிதையாக சீவிப் பூமுடித்த சிங்காரியாக வந்து ஸ்பரிச சுகம் காட்ட வந்தால், காமத்துக்கும் குரோதத்துக்கும் பகைதான் மூளும். ரஜோ குணம் தன் பலத்தைச் சேகரிப்பதற்குள் தமோ குணம் அவள் மீது சீறிப் பாய்ந்துவிடும். தன் புருஷன் ஏன் இப்படி எரிந்து விழுகிறான் என்பது அவளுக்குத் தெரியாது; அதுபோலவே தனக்கு ஏன் இந்தச் சிடு சிடுப்பு ஏற்படுகிறது என்பதும் ராகவனுக்குத் தெரியாது. அவர்கள் இருவரும் மனோதத்துவத்தைக் கண்டார்களா? 'ரஜோ தமோ சத்வகுண' சொரு பங்களைக் கண்டார்களா?

எனவே அவர்களுக்குள் அடிக்கடி சிறு சண்டைகள் ஏற்படுவதுண்டு. சண்டை பிடித்து ஓய்ந்த பிறகு ராகவன் சமயங்களில் "ராஜி, இன்னம் என் மேலே கோபமா? என்னமோ க்ஷணச்சித்தம், க்ஷணப்பித்தம் என்பார்களே அந்தப் புத்தி எனக்கு; கொஞ்சம் முகத்தைத் திருப்பேன்!" என்று கொஞ்சுவான். இப்படிச் சமாதானம் ஏற்படாவிட் டால், சமயங்களில் ராஜம்மா கத்திக்கொண்டு, தாய் வீடு சென்றுவிடுவாள். அவளுக்குத் தாய் வீடு பக்கத்து ஊரிலேயே போய் வந்து இருந்ததாலும், தனியாகவே பழக்கம் இருந்ததாலும், அந்த எண்ணம் தோன்றிவிட்டால் அவள் வீட்டிலேயே தரிப்பதில்லை; ராகவனும் விட்டுப் பிடிப்பான். என்றைக்காவது ஒருநாள் இவனாகப் போய்க் கூட்டி

வருவான்; அல்லது அவளாகவே 'சந்திரனுக்கு அப்பா மேல் தேடிவிட்டது' என்று ஒரு சாக்கு சொல்லிக்கொண்டு வந்து சேருவாள்.

ஆனால் இப்போது கொஞ்சநாளாய் ராகவனுக்கு இந்த க்ஷணப்பித்த - க்ஷணச்சித்த புத்தி அடிக்கடி தலைகாட்டிக் கொண்டே யிருந்தது. அதற்குக் காரணம் அவன் வீட்டுக்குப் புதிதாக வேலைக்கு வந்த வேலைக்காரி!

மூக்காயிக்கு அந்தப் பெயரை வைத்ததைக் கண்டு கொஞ்சம் முகத்தைச் சுழிக்கத்தான் தோன்றும்.

ஆனால் அவளுடைய மூக்கைப் பார்த்தவர்கள் நிச்சயம் முகத்தைச் சுழிக்கமாட்டார்கள்.

எள்ளுப்பூ நாசி என்று புலவர்கள் வர்ணிக்கிறார்களே, அந்த மாதிரி மூக்கும் அல்ல; அவளுடைய மூக்கு அழகாகக் குவிந்து உருண்டு தனி அழகோடு விளங்கியது. மூக்குக்குக் கீழே வரிக்கோடு கீறியதுபோல் குவிந்து, எந்தச் சமயத்திலும் புன்னகை பூப்பது போலவே தோன்றும் ஒரு மயக்கத்தை ஊட்டும் உதடுகள் மூக்கின் அழகை எடுத்துக்காட்டும் முத்தாய்ப்பு. நல்ல நாட்டுப்புறப் பிறவி. எனவே மேனி கொழுகொழு வென்றிருக்கும்; ஊளைச்சதை கிடையாது. திரட்சியும் திண்மையும் பெற்ற தேகக்கட்டு அவள் முகத்திலுள்ள லட்சுமிகரமான களையாரையுமே வசீகரித்துவிடும்; காலையில் எழுந்தவுடன் அந்த மாதிரிக் களை பொருந்திய முகத்தில் விழித்தால் அன்று முழுவதுமே அலுப்புத் தட்டாது. அவளது பருவ எழிலுக்கும் உருவ வாய்ப்புக்கும் அவள் தோல் மட்டும் கொஞ்சம் சிவப்பாக இருந்தால், எந்த நவநாகரிக யுவனும் அவளை மோப்பம் பிடித்துத் திரியவே விரும்புவான். பொதுவாக ஆண்மையுள்ள எவனும் அவளைக் கண்ட மாத்திரத்தில் கறுப்பையும் சிவப்பையும் பார்க்கமாட் டான். அவள் கறுப்பிதான்; ஆனால் கறுப்பில் அழகி. திருவாங்கூர் யானைத் தந்தப் பொம்மைகளில் எத்தனை மோகனம் இருக்கிறதோ,

அதுபோலவே எருமைக் கொம்புப் பொம்மைகளிலும் ஒரு அழகு இருக்கத்தானே செய்கிறது? மூக்காயி தந்தச் சிலையல்ல; கொம்புச் சிலை!

ராகவன் ஆண்மையற்றவன் அல்ல. நல்ல ஆண்மை யுள்ளவன்தான்! எனவே மூக்காயியைப் பார்க்காமல், பார்த்து ஒரு கணமேனும் கண்ணையும் நெஞ்சையும் பறி கொடுக்காமல் இருக்க முடியவில்லை. தினம் காலையில் ஏழெட்டு மணிக்கு முன்னால் எழுந்திருக்கத் தெரியாத ராகவன், மூக்காயி வேலைக்கு வந்ததிலிருந்து காலை ஆறு மணிக்கே எழுந்துவிடுவான். காலையில் மூக்காயி விளக்கு மாற்றை எடுத்துக்கொண்டு கூடத்தைப் பெருக்கும் சத்தம் அவனுக்கு எப்படியோ கேட்டுவிடும். உடனே எழுந்து உட்கார்ந்து கட்டிலில் படுத்தவாறே மூக்காயியின் அழகை ரசித்துக் கொண்டிருப்பான்.

மூக்காயி சிலைதான் ; ஆனால் வெறும் சிலையாக மட்டு மிருந்தால் ராகவன் அத்தனை தூரம் மயங்கி இருக்கமாட்டான். அவள் நடமாடும் சிலை; புன்னகை குமிழச் சிரிக்கும் சிலை. எனவே அவன் அந்தச் சிலையின் நடமாட்டத்தையும் புன்னகையையும் காண்பதில் சொல்லுக்கு வசப்படாத ஏதோ ஒரு புதுமையைக் கண்டான். மூக்காயி வீடு பெருக்கும் போது, ரவிக்கை அணியாத அந்த வயிரம் போன்ற உடம்பு குனிந்து வளைய, எந்தக் கோணத்திலும் சாய்ந்து சரியாத அவளது அழகு வனப்புக்கள் கிறுகிறுத்து நிற்கும் மோகனத் தைக் கண்டு மனம் சொக்குவான். கேணியில் குடத்தைக் கட்டி இறைக்கும் போது, அவளது கரிய கைகள், மேலும் கீழும் ஏறியிறங்கும் லாகவத்தை, அந்த லாகவத்தால் மனம் பூரித்து நிமிரும் நெஞ்சத்தை அளந்து பார்ப்பான். மாவு அரைக்கும்போது, அரிசி குத்தும்போது, சரிந்து குழையும் கூந்தலை ஒரு கையால் தூக்கிச் சொருகி, அவள் பெருமூச்சு விடும்போது, ராகவனுக்கும் தன்னை அறியாமல் பெருமூச்சு வரும்.

அதிகம் விளக்குவானேன்? மூக்காயியின் கிராமிய அழகு ராகவனைக் கிளறிவிட்டது; தூங்கிக் கிடக்கும் ரஜோ குணத்தை உசுப்பிவிட்டது. அவன் நிமிஷத்துக்கு நிமிஷம் ரஜோ குணத்துக்கு வசப்பட்டுக் குதுகுதுப்பு அடைந்தான். ஆனால் ராஜம்மாவுக்கு இந்த விவகாரமெல்லாம் தெரியவா செய்யும்? களைத்துப்போய் வீட்டுக்கு வரும்போது, அவனுக்குப் பசியாற்றத் தெரியாதவள், அவன் மனசின் அந்தரங்கத்தில் எழும்பியுள்ள புதிய பசியைத் தெரிந்து கொள்வாளா? ராகவன் தன் அழகு ரசனையில் மூழ்கியிருக்கும் சமயத்தில் திடீரென வந்து "என்னங்க, இப்படி உக்காந்திருந்தா வீட்டுக் காரியம் எப்படி நடக்கிறது? கடைக்குப் போய் காய்கறி வாங்கி வாருங்கள்!" என்று சொல்லி விடுவாள். சிவந்து கனன்று பொறி பறக்கும் அவனது ரஜோ குணத்தின்மீது, ஒரு குவளைத் தண்ணீரை விட்ட மாதிரி இருக்கும். எரிகிற நெருப்பில் தண்ணீர் விழுந்தால், அது உஸ்ஸென்று சீறாமல் என்ன செய்யும்? ராகவனுக்கு உடனே கோபம் பொத்துக்கொண்டு வந்துவிடும். ராஜம்மாவை வாய்க்கு வந்தபடி திட்டிவிடுவான்!

எனவே ராஜம்மாவுக்கும் ராகவனுக்கும் வரவரப் பூசல்கள் பெருக்கலாயின. தன் கணவனை ராஜத்தால் புரிந்து கொள்ளவே முடியவில்லை. தன் கணவன் வேண்டுமென்று தான் கோபிக்கிறானா, இல்லை, அவனது குணமே அப்படித்தானா என்ற சந்தேகம் அவளுக்கு இத்தனை காலத்துக்கு அப்புறம்தான் மனசில் பட்டது. ஆனால், அவளுக்கு அதை ஆராய்ந்து முடிவு காணப் பொறுமை இல்லை; எனவே ஒரு நாள் மதியம் அவள் வழக்கம்போல் கோபித்துக்கொண்டு தாய் வீட்டுக்குப் பயணம் புறப்பட்டு விட்டாள்!

ராஜம்மா ஊருக்குப் போனது நல்லதென்றே ராகவ னுக்குப் பட்டது. ராஜம்மா போய் விட்டதால், மூக்காயி வராமல் நின்று விடுவாளோ என்ற பயம் வேறு மனசில் அடித்துக் கொண்டது. ஆனால், அன்று மாலையே மூக்காயி வேலைக்கு

வந்துவிட்டாள். வீட்டில் அம்மா இல்லாததைக் கண்டு திகைத்தாள்.

"என்ன சாமி, அம்மா எங்கே? ஊருக்குப் போயிட் டாங்களா?'

ராகவனுக்கு உடம்பு குதுகுதுத்தது, இத்தனை நாள் வரை மூக்காயி அவனிடம் நேரடியாகப் பேசியதில்லை.

"ஆமா. நீ அதுக்காக வேலைக்கு வராமல் நின்னுடாதே!" மூக்காயி யோசித்தாள்.

"காலையிலே வந்து வீட்டைப் பெருக்கிட்டு, குளிக்க வைக்கக் கொஞ்சம் தண்ணியும் பிடிச்சு வச்சிட்டுப் போ. அவ்வளவுதான் உன் வேலை!"

மூக்காயி பதிலே பேசவில்லை. ஒருவேளை போய் விடுவாளோ என்று ராகவனுக்கு அங்கலாய்ப்பு. ஆனால், அவள் வீட்டைப் பெருக்குவதற்காக, விளக்குமாற்றைத் தொட்டதுமே அவனுக்கு அந்த அங்கலாய்ப்பு மறைந்து விட்டது.

மூக்காயி தினம் காலையில் வந்து வேலை பார்த்து விட்டுப் போய்விடுவாள். இப்போதெல்லாம் ராகவனுக்கு ரஜோ குணம் ஒன்றே தலைதூக்கி நின்றது! ஹோட்டல் சாப்பாடு ஹோட்டல்காரன் நல்ல கறி புளி வைக்காவிட்டாலும், நேரத்துக்குச் சாப்பாடு போடுகிறான்; மேலும் அவனிடம் கோபித்துக் கொள்வதற்கு முடியாது. எனவே தமோ குணம் படுத்தே உறங்கிவிட்டது. ரஜோ குணம் தினம் தினம் காலையில் மூக்காயி வந்தவுடன் காலையரும்பி, பகலெல்லாம் போதாகி மாலை மலர்ந்து கொண்டே இருந்தது. இருந்தாலும், ராகவன் மூக்காயியின் சௌந்தர்ய தரிசனத்துடனேயே திருப்தியடைய எண்ணினான். காரணம், அவன் ஒரு பயந்தாங்கொள்ளி. என்றாலும் மனிதனுக்கு எந்தவித உணர்ச்சியும் மிதமிஞ்சிப் போய் விட்டால் பயமோ வெட்கமோ குறுக்கிடுவதில்லை.

ஒருநாள் காலையில் மூக்காயி வரக்காணோம். நின்று விட்டாளோ என்று ராகவனுக்குச் சந்தேகம். அன்று மாலை அவன் ஏனோ வீட்டுக்குச் சீக்கிரமே திரும்பி வந்து விட்டான். சொல்லிவைத்த மாதிரி மூக்காயியும் சிறிது நேரத்தில் வந்துவிட்டாள். ராகவனுக்கு மனசில் என்னவோ காரணம் தெரியாத ஒரு நம்பிக்கைத் தலையெடுத்தது.

"காலையில் ஏன் வரலே? சரி சரி! வேலையைப் பாரு" என்று சொல்லி விட்டுக் கட்டிலில் படுத்துக் கொண்டான்.

மூக்காயியும் ஒன்றும் பதிலே சொல்லாமல் வேலை பார்க்கத் தொடங்கினாள்.

ராகவன் ஒருச்சாய்த்துப் படுத்தவாறே மூக்காயியைக் கவனித்துக் கொண்டிருந்தான். மூக்காயியை ஒவ்வொரு கோணத்திலும் பார்க்கும்போதும், அவன் ரஜோ குண வேகம் உச்சிக்கேறியது. அவள் பின்புறமாகப் பெருக்கினால், அந்தப் பின்னழகைக் கண்டு ரசிப்பான்; முன்புறமாகப் பெருக்கினால் முன்னழகைக் கண்டு ரசிப்பான். மஸ்தான அந்தச் சொகுசுக்காரி வேலை செய்வதைக் கண்டு, அவன் மனம் குறுகுறுத்தது. கருமையிலேயே கறுமை கட்டு பாய்ந்த இளமையின் செழுமை வாவா என்று அழைப்பது மாதிரி தோன்றியது.

அவனுக்கு நரம்புக் கால்கள் எல்லாம் புடைத்தன. நெற்றிப் பொருத்துக்களில் இளம் வேதனை தோன்றியது. உடம்பு முழுவதும் போதையால் தளர்ந்து போனதுமாதிரி நிலையிழந்து கொதித்துக் கொண்டிருந்தது.

அவனால் அதிக நேரம் படுத்துக்கிடக்க முடியவில்லை.

"மூக்காயி!" என்று அவன் தொண்டை கரகரத்தது.

குபீலென்று தாவி, அவளை வாரித் தூக்கினான். கரிய ரத்தம் பாய்ந்த அந்த வெற்றிலைக் காவி உதடுகளின் தாம்பூல ரசத்தை ருசி பார்த்துவிட்டான்.

மூக்காயி திமிறினாள்; திகைத்துப் போனாள்.

"விடுங்க, சாமி!"

"மூக்காயி!"

ராகவன் கண்கள் தெறித்து விழுவதைப் போல் விழித்தன. கைகளில் இரும்பின் கடினம் எங்கிருந்தோ வந்து புகுந்து கொண்டது. இருந்தாலும் மூக்காயி ராகவனை விடப் பலம் வாய்ந்தவள். எனவே அவள் பணிந்துவிடவில்லை. தப்பித்துவிட்டாள்.

மூக்காயி ஓடிப்போனவுடன் அவள் போட்டு விட்டுச் சென்ற விளக்கு மாற்றையே வெறித்துப் பார்த்துக் கொண்டிருந்தான் ராகவன். ரஜோ குணம் தன் இஷ்ட பூர்த்தியை அடையாமல் தோற்றுப் போனதால், அவன் தன்னைத் தானே கோபித்துக் கொண்டான். முட்டாள் தனமாக தான் நடந்து கொண்டதாகச் சபித்துக்கொண்டான். இந்தச் க்ஷணப்பித்தம் ஏன் ஏற்பட்டது என்று அவனுக்கே புரியவில்லை. பழைய நினைவுகள் எல்லாம் வட்ட மிட்டன. ஊருக்குச் சென்றுள்ள ராஜத்தையும், சந்திரனையும் பற்றி நினைவு வந்தது. ஒன்றிலும் நிலைகொள்ளாமல் படுத்தே கிடந்தான்.

அன்றிரவு அவன் சாப்பிடவில்லை. மறுநாள் மூக்காயியும் வேலைக்கு வரவில்லை. "எதிர்பார்த்ததுதான். என்று முனகிக்கொண்டது மனம். ஊருக்குப் போய் ராஜம்மாவை அழைத்து வந்துவிடுவோமா என்று ஒரு எண்ணம். இருந்தாலும் மூக்காயியிடம் தோற்றுப்போன ஆண்மை, ராஜம்மாவைத் தானே போய் அழைத்து வர அதிலும், தோற்றுப் போகச் சம்மதிக்கவில்லை. மேலும் ராஜம்மா வந்தால், அவளுக்கு மூக்காயி இந்த விஷயத்ஸதச் சொல்லிவிட்டால் என்ற பய உணர்ச்சிகளும் அவன் மனசில் கிளம்பின." இருந்தாலும், தானாக முந்திப் போய் ராஜம்மாவை அழைத்து வந்துவிட்டால் எல்லாம் சரியாகப் போய்விடும் என்பது அவன் நம்பிக்கை. ஆனாலும், அவன் ராஜத்தை அழைத்து வருவதற்கே முனையவில்லை. 'சரி,

நாளைக்கு எப்படியும் ராஜத்துக்குக் கடிதம் போட்டுவிட வேண்டியதுதான்' என்று தீர்மானித்துக்கொண்டு ஒரு நாள் இரவு படுத்தான்.

காலையில் யாரோ கதவைத் தட்டும் ஓசை கேட்டது எழுந்து போய்க் கதவைத் திறந்தான். அங்கு ராஜம்மாவும் சந்திரனும் நின்றுகொண்டிருந்தனர்.

ராகவன் ஒன்றுமே பேசாமல் உள்ளே திரும்பினான்; அவர்களும் உள்ளே வந்தனர்.

"காலை வண்டியிலா வந்தே?"

"ஆமாம்."

"திடீர்ரென்று வந்திட்டியே?"

'ஆமா, மூக்காயி காயிதம் போட்டிருந்தாள்."

"என்ன மூக்காயியா?"

ராகவன் உள்ளூர நடுங்கினான்; ராஜம்மா அந்தக் கார்டை எடுத்து நீட்டினாள்.

"அன்புள்ள அம்மாவுக்கு மூக்காயி எழுதுவது. இங்கே எனக்குக் கண்ணாலம் ஆவப்போவுது. எம் மச்சான் ஊருக்குப் போவப் போறேன். அய்யாவுக்கு நீங்க இல்லாமே ரொம்பக் கயிட்டமா இருக்காப்பிலே தோணுது. நானும் நின்னு கிட்டேன். நீங்க புறப்பட்டு வரணும். குட்டி ராசா எப்படி இருக்கு?

மூக்காயி "

ராகவனுக்குக் கடிதத்தைப் படித்த பிறகு தான் நிம்மதி ஏற்பட்டது.

"மூக்காயிக்குக் கல்யாணம் ஆகப்போவுதா? என்னிடம் கூடச் சொல்லலையே.'

"எங்கிட்ட முன்னேயே சொல்லியிருக்கிறாள்."

"சரி, உன் விலாசம் அவளுக்கு எப்படித் தெரியும்?"

"மூக்காயிக்கு நம்ப வீட்டு விஷயம் பூராவும் நல்லாத் தெரியும். நீங்க இருக்கறப்போ மட்டும்தான் அவள் ஊமை மாதிரி இருக்கிறா. ஆனா, பெரிய வாயாடி!"

"சரி தான்."

ராகவன் சிறிதுநேரம் மௌனமாயிருந்தான். பிறகு "சரி, வீட்டைப் பெருக்கிட்டு, அடுப்பை மூட்டு. நான் பத்து மணிக்கு ஆபீசுக்குப் போகணும்" என்றான்.

ராஜம்மா விளக்குமாற்றைத் தொட்டாள். ராகவன் சந்திரனைத் தூக்கிக் கொண்டு காய்கறிக் கடைக்குப் போனான். போகும்போது அவன் மனம் 'க்ஷணப்பித்தம்' 'க்ஷணச்சித்தம்' என்று முனகிக்கொண்டது.

1949

விரக்தி

அவன் காறியுமிழ்ந்த எச்சில் சொல்லி வைத்ததுபோல் அந்தக் கட்டழகியின் தாமரை முகத்தில்போய் விழுந்தது.

திரும்பிப் பார்த்தான்.

இதழ்க் கடையோரம் இன்பச் சிரிப்புப் பூத்து நிற்கும் ஒரு கட்டழகியின் திருவுருவத்தை தாங்கி நின்ற அந்தச் சினிமா விளம்பரத்தில், அவன் உமிழ்ந்த எச்சில் வழிந்து கொண்டிருந்தது.

முகத்தில் எக்களிப்பு கொக்கரிக்கச் சிரித்துக் கொண்டே அவன் ஸ்டேஷனுள் சென்றான். அந்தச் சிரிப்பிலோ உயிர் இல்லை; கசப்பு இருந்தது.

ஸென்ட்ரல் ஸ்டேஷன் பிளாட்பாரத்தில் காலடி எடுத்து வைக்கும்போதே, அவன் மனசில் அந்தக் கசப்பான உண்மையும் கண்காணா நம்பிக்கையுந்தான் ஊடாடிக் கொண்டிருந்தன.

"ஸ்திரீ உலகமே இப்படித்தானா? சுண்ணாம்புக்கும் வெண்ணெய்க்கும் வித்தியாசம் தெரியாமல், இந்த மானிடப் புழுக்கள் அவர்களைச் சார்ந்து, ஏன் துன்புற வேண்டும்? இந்திரனும், சந்திரனும் கெட்டது பெண்ணால்தான் என்று கூறுகிறார்களே, அது உண்மையாகத்தான் இருக்குமோ? எது எப்படியாயினும் சரி, என் வாழ்க்கைத் தேனில், கசப்பைத் தெளித்து, அதை நாசமாக்கியது ஒரு பெண்தான். ஆணாகிய அமிர்தத்தை அழிக்க வரும் ஆலகாலமாகத்தான் பெண் விளங்குகிறாள்."

இதுதான் அவன் மனசில் முளைத்த புதிய உண்மை. காரணம், ஒரு பெண்ணின் சகவாசம் அவனைப் பித்தேறச் செய்தது. அவளுடைய இனிப்பான சகவாசத்தின் ஒவ்வொரு

அணுவிலும் கசப்பும் இருந்தது என்பதை அவனுடைய உணர்ச்சி இந்நாள்வரை ருசிக்கவில்லை கடைசியில்தான், தான் அனுபவித்ததெல்லாம் கற்பகக் கனியின் கொழுஞ்சாறல்ல, காஞ்சிரங்காயின் ரசமென்று அறிந்தான். ஆனால் அவனுக்கென்னவோ, அது போதி மரத்தடிப் புத்தருக்கு ஞானம் பிறந்தது போலத்தான் தோன்றியது. உணர்ச்சிச் சிதைவின் உச்சத்திலே பிறந்தது, அந்தக் கசக்கும் உண்மை.

வாழ்வில் ஏமாந்த அவனுக்கு உலக வாழ்வில் பிடிப்பற்றுப் போயிற்று. தற்கொலை செய்துகொண்டு தனது வாழ்வின் முடிவிற்கு ஒரு எல்லை கோலிவிடலாம் என்று அவன் எண்ணியதுமுண்டு. ஆனால், 'வாழ்க்கை வாழ்வதற்கே' என்று கூறிச் சென்ற எவனோ ஒரு 'மடப்பயலின் பொன் வார்த்தை' அவன் மனசில் அழியா ஓவியமாக அமைந்திருந்தது. ஆதலால், தற்கொலையின் எண்ணம் அவனுடைய மனசில் லகுவில் பிடிபடவில்லை.

"பெண்ணுலகத்தின் பேய்ப் பார்வையினின்றே நான் தப்பித்துக் கொள்ள வேண்டும்" என்பதுதான், அவனுடைய தினசரி ஜபமாக இருந்தது. "சாமியாராகப் போய் விட்டால்......?" "அப்பா! கூடவே கூடாது.

சாமியாராகப்போனால், அவர்கள் நம்மிடம் 'பிள்ளை வரம் கேட்க வந்துவிடுவார்களே!' ஆனால் எங்கு திரும்பினும் பட்டணத்து ஒளியிலே, பெண்ணுலகே அவன் கண்ணில் பிரதிபலித்தது. ஜவுளிக்கடை, காபி ஹோட்டல், சினிமா தியேட்டர், அணிகல அங்காடி, செருப்புக் கடை, க்ஷவர ஸலூன்கள் -- எங்கு பார்த்தாலும். பெண்ணுருவைத்தான் தங்கள் விளம்பரக் கருவியாக உபயோகப்படுத்தியிருக் கிறார்கள். 'காரணம்? உலகமே அவர்களுடைய சேலைச் சுழலுக்கும், ஜம்பர் பூரிப்புக்கும் மயங்கிவிடும் என்பது தானோ?' அவன் மனம் அலை பாய்ந்தது.

தற்கொலையும் பண்ணக் கூடாது. தன் எண்ணமும் நிறைவேற வேண்டும். இந்த நினைவுதான் அவனைப் போர் முனையில் சாடி நிற்கும் மகா சமுத்திரத்தில், ஒரு துளியாக ஒட்டிக் கொள்ளச் செய்தது. "மெட்ராஸ் ரெக்குடிங் ஆபீஸில் தன்னையும் அவன் பதிவு செய்து கொண்டான். பம்பாய்க்குக் கொடுத்த 'ரயில்வே வாரண்ட்'டைக் கையில் வாங்கியவுடனேயே, 'பெண்ணுலகே இனி நம்மை அண்ட முடியாது, போர்முனையில் துப்பாக்கி பிடிக்கச் செல்லும் சிப்பாய்க்கும், பட்டணக் கரையில் பகட்டித் திரியும் பெண்ணிற்கும் பக்கத்திலேயா இருக்கிறது?' என்ற கண்காணா நம்பிக்கையும் உடன்பிறந்துவிட்டது.

ஆனால், புதிதாக நுழையப் போகும் போருலகில் பெண்ணினத்தின் வாடை தட்டுப்படுமா, பட்டிருக்கிறதா என்பது அவனுக்குச் சிறிதும் தெரியாது.

நேரம் ஆக ஆக, அவனுடைய கசப்பான உண்மையின் வேகம் அதிகரித்தது. கண்காணா நம்பிக்கையோ, ஐஸ் கட்டியைப்போல, உருக ஆரம்பித்தது. காரணம்?

"அதோ, வால்டாக்ஸ் ரோட்டில், அந்த வேப்பமரத் தடியில், எத்தனையோவிதமான நிர்வாணப் படங்களைப் பரப்பி வைத்துக்கொண்டு, எவனாவது ஏமாந்தவன் பச்சை குத்திக் கொள்ள வரமாட்டானா என்று குந்தியிருக்கிறானே, அவன்? அவனுக்கு இந்தப் புது உலகத்து அனுபவம் உண்டா? போர்முனையில் சாடப்போகும் சிப்பாய் உலகத்தையே தன் பக்கம் இழுத்துவிடுகிறானே. அது எப்படி? அந்த ஆஸ்ட்ரேலிய ஸோல்ஜர் தன்னுடைய பரங்கி மார்பைத் திறந்து காட்டிப் பச்சை குத்திக் கொள்கிறானே, எதற்காக? ஊசியினால் ஏற்படும் ஏற்படும் வேதனையையும் தாங்கிக்கொண்டு, பல்லைக் கடிக்கிறானே - அதன் காரணம்? ஒவ்வொரு இந்தியக் கடவுள் மார்களும் தங்கள் மனைவிகளை, நாக்கிலும், மார்பிலும் தூக்கிச் சுமந்தார்களாமே சுமக்கிறார்களாமே, அதுபோல் தாமும் செய்யலாம் என்ற எண்ணமா? - இல்லை - தானும் ஒரு

'ஆஸ்ட்ரேலிய மகாவிஷ்ணு'வாக வேண்டும் என்ற கருத்தா? இல்லை - வீரலக்ஷ்மியையே, தமது மார்பில் தாங்கி, போர்முனையில் வெற்றிக்கொடி நாட்டவேண்டும் என்ற வயிரணர்ச்சியா? அதெல்லாமிருக்க முடியாது. தேய்ந்து போகாத மிருக உணர்ச்சி நிறைந்த பஞ்சை உள்ளத்திற்கு நெஞ்சை நிமிர்த்தி நிமிர்த்திக் காட்டி, அதைப் பரவசப் படுத்தத்தான் இருக்கவேண்டும்!" - அவன் மனத்தில் சிந்தனைகள் எத்தனையோ விதமாகத் தெறித்து விழுந்தன.

மணி ஐந்தாகியதும், ப்ளாட்பாரத்தில் வந்து நின்ற 'பாம்பே மெயி'லில் ஏறி அமர்ந்துகொண்டான். என்னவோ, ஸ்திரீவாடையே அற்றுப்போன, சமூகத்தில் புது உலகச் தானும் ஒருவனாகச் சேரப் போகிறோம் என்ற எண்ணம் மட்டும் அவனுக்கு இன்னும் மங்கவில்லை.

இளைத்துப்போன க்ஷயரோகி இருமுவதுபோல புகையைக் கக்கிக்கொண்டு, முதுகை வளைத்துச் சென்றது, 'பாம்பே மெயில்'.

ஜன்னல்மேல் முழங்கையை ஊன்றி மாறிச் சுழலும் வெளி யுலகைப் பார்த்துப், பெருமூச்சு விட்டுக்கொண்டிருந்தான் அவன். மனசிலே குவியும் சிந்தனைக் குப்பையைக் காற்றிலே பறக்க விட்டுவிடலாம் என்பதுதான் அவனது எண்ணமோ, என்னவோ? அதே வண்டியில், காக்கிச் சட்டைகளைப் போட்டுக்கொண்டு, பகல் இரவு என்று தெரியாது, நித்திரையும் கலாட்டாவுமாகப் பொழுதைக் கழிக்கும் பட்டாளத்துப் பேர்வழிகளைப் பார்த்து, அவன் ஏதோ ஒன்றைத் திட்ட மாக்கப் பிரயத்தனப்பட்டுக் கொண்டிருந்தான்.

"ஸ்மோக் பண்ணுறீங்களா, சார்!" என்ற உபசரணைக் குரல், அவனை உலகத்துக்கு இழுத்துவந்தது.

திரும்பிப் பார்த்தான்.

திறந்து வைத்த சிகரெட் கேஸுடன் ஒரு 'ஹவில் தார் கிளார்க்' உட்கார்ந்திருந்தான். சிகரெட் பிடிக்கலாமென்று சபலம் பெருகியது. மேலும், நொந்து போன மன வேதனையைப், புகைச்சுருளின் போதையிலே, மறந்திருக்கலா மென்று அவன் நினைத்தான்.

ஆனால், அந்த சிகரெட் கேஸினுள்ளும் ஒரு ஸ்திரீயின் புகைப்படம் -?

"என்ன சார் பார்க்கிறீங்க?'

"ஒண்ணுமில்லே. இந்தப் படத்தைத்தான்."

சிறிது நேரம் மௌனம்: 'இது யாராயிருக்கலாம்? அவனு டைய மனைவியா? சகோதரியா? இல்லை.....'

"இது யார் படம்?"

"மை லவ்'ஸ்ஸார்!"

"சரிதான்."

மீண்டும் அவன் கை ஜன்னல் பலகையை நாடியது. பற்றவைத்த சிகரெட்டைப் பலமாக இழுத்துக் கொண்டே, வெளியுலகில் மனதைச் செலுத்தினான். ஆனால் மனசின் மூலையில் மட்டும் அந்த "மை லவ்'ஸ்" என்ற வார்த்தைகள் கட்டிப் போட்ட, காளையங் கன்றைப் போல், துள்ளாட்டம் போட்டுக்கொண்டிருந்தது. அதை அவிழ்த்துவிட அவனுக்குச் சக்தி போதவில்லை. 'அவனுடைய காதலியா? அவளை இவன் கல்யாணம் பண்ணியிருப்பானா? இல்லை. வெறும் மானஸீக மந்திர ஜபத்தோடு மட்டும் நின்றிருப் பானா? ஆயிரம் இரண்டாயிரம் மைலுக்கு அப்பால் பிரிந்து இருக்கும் இந்த 'உண்மைக் காதலர்'களின் உள்ளம் எவ்வாறி ருக்கும்? சே! காதலைப்பற்றி எனக்கென்ன நினைப்பு!"...

கையிலிருந்த சிகரெட் எரிந்து, கரைந்து போய். கைவிரலைச் சுட ஆரம்பித்தபோதுதான், அவனுக்குத் தன்னிருப்பிட

உணர்ச்சி ஏற்பட்டது. சிகரெட்டைத் தூர எறிந்து விட்டு, கசந்த நாக்கைச் சப்புத்தட்டிக்கொணடான். சுடுபட்ட விரலை, நாக்கு நுனியில் வைத்து, ஹிதம் பண்ணிக்கொண்டே, மீண்டும் வெளியே தலையை நீட்டினான்.

ஆனால், அவனை அப்படியிருக்க, சுற்றுப்புறம் விட்டுக் கொடுக்கவில்லை. சொப்பன நினைவுடன் வண்டியை இழுத்துச் செல்லும் 'ஜட்கா' குதிரை, எப்படி வண்டிக் காரனின் லகானின் வெட்டிழுப்பினால், தன் நினைவுக்கு வந்து ஓடுகிறதோ, அந்த மாதிரி ஆயிற்று, அவன் நிலைமை.

சொப்பனக் கடலில் திளைத்து, எதிர்கால நினைவுத் திட்டத்தைத் தயாரித்து மகிழும் அவனை அந்த ஹிந்துஸ்தான் மெட்டு இழுத்தது. வேறு வழியின்றி, மீண்டும் வண்டியினுள் பார்வையைச் செலுத்தினான். மேலே படிந்திருக்கும் மெது மண்ணை உதறிவிட்டு, வெளிவர முயலும் இளம் முளையைப் போல், யௌவனம் எட்டிப் பார்க்கும் இளம் பெண்ணொருத்தி பாடிக் கொண்டிருந்தாள்.

பிச்சைக்காரிதான். பிச்சைச் சோறு செல்லும் அதே தொண்டையிலிருந்து தான், அமுத கானமும் பிறந்து வந்தது. தனது தாய்ப் பாஷையாகிய மராத்தியிலே அவள் பாடிக் கொண்டிருந்தாள்.

ஆனால், அந்த வண்டியிலிருந்த ஒரு சிப்பாய்க்காவது அந்தப் பாட்டில் ரசிப்பு இல்லை. அந்த முக்காடு விலகிப் போன முகத்தில் ஒருவனுக்குக் கண். அவளுடைய கிழிந்து போன மேலங்கியின் வழியாய்த் தெரியும் இளமையின் விம்மல் பூரிப்பில் மற்றவனுக்குக் கண். வாடிப்போன சாம்பல் பூத்த பசி உதட்டில், ஒரு புன்னகை பூக்காதா என்பதில் வேறொருவனுக்கு ஒரு கண். 'காட்டுக்கெரித்த நிலா'வாக, அவள் பாட்டு வெளிவந்தது. அதற்குள் எங்கிருந்தோ தமிழிசை அபிமானியான ஒரு சிப்பாய் தமிழ்ப் பாட்டுப் பாடச் சொல்ல அவளை வேண்டிக்கொண்டான். அவளும், "ஹலை மோதுதே! ஹலை மோதுதே! ஹறியாது ஹென்

மனம்!" என்ற 'தமிழ்ப் பாட்டை'ப் பாடினாள். தமிழிசை அபிமானிக்கு உற்சாகம் கிளம்பி விட்டது. அதற்குள், ஒரு மலையாள ஆசாமி, "ஆயிரம் பெண்களை ஞாங் கண்டிட்டுண்டு. இதுபோலொருவளை ஞாங் கண்டிட்டில்லா!" என்று பாடினான்.

இவர்களுடைய கிண்டலுக்கும், நையாண்டிப் பேச்சுக்கும் அவள் ஆளாக வேண்டி வந்ததே யொழிய, கையில் சல்லிக் காசுகூட ஏறும் வழியைக் காணோம்.

அவன் மனத்தின் நம்பிக்கை மீண்டும் கரைய ஆரம்பித்தது.

"பிச்சைக்காரியின் பாட்டையுமா கிண்டல் செய்வது? உண்டைச் சோற்றுக்காக, மானமிழந்து, பிச்சையெடுத்துத் திரியும் பேதையிடமா, இவர்களுடைய சிப்பாய்த் தனத்தையும், துப்பாக்கிப் பார்வையையும் காட்டுவது? அவள் பாடினால், அதற்கு எதிர்ப்பாட்டா பாடுவது? "கெண்டை விழி மானே! என் அண்டை வரலாமோ" என்று பாடினானே அந்தத் தமிழ்ச் சிப்பாய்! தன் வீட்டில், தாயையும், சகோதரியையும் தனியே விட்டுவிட்டு வந்த உணர்ச்சியே இவர்களுக்கு மக்கிப்போய்விட்டதா? அவளும் அந்த மாதிரி தானே வந்திருக்கிறாள்? இருவரும் பிழைக்க வந்தவர்கள். ஆனால், வழி வேறு? அதையேன் இவர்கள் உணரவில்லை?

ரெய்ச்சூர் ஸ்டேஷனில் வண்டி நின்றது. சிந்தித்துச் சிந்தித்துச் சலித்த மனசுக்கு உற்சாகமூட்ட எண்ணிக் கீழே இறங்கி நாலு 'பூரியும் பாஜியும்', 'கரம் சா'வும் சாப்பிட்டான். அந்த வேளையிலுங்கூட, அவன் கண்ணும் மனமும் ஓயவில்லை.

அதோ, அந்த 'இண்டர் கிளாஸ்' வண்டியில்...' அவன் மனம் அங்கு சென்றது.

யாரோ ஒரு நர்ஸ் -(அவளும், அந்தப் புது உலகத்துப் பேர்வழிதான்) ஒரு காக்கிச் சட்டைப் பேர்வழியின் மார்போடு மார்பாய், முகத்தோடு முகமாய்...சே! அவன் மனத்தில் பழங்கால நினைவுகள் சினிமாப் படம்போல

விரைந்தோடின. அவனும்தான் எத்தனை தடவை தன் 'உயிர்க் காதலி'யுடன், இதேமாதிரி நிலைமையில் இருந்திருக்கிறான்? ஆனால், அந்த உதட்டின் இனிமை அவனுக்குப் புளித்துப் போய்விட்டது.

புளித்துப் போன பழங்காடியின் வாசனை பட்டதுமே முகத்தைச் சுளித்து, வெளிமூச்சு விடும் காளை மாட்டைப் போல, அவன் முகத்தைச் சுளித்துக்கொண்டான்,

"அவள் ஏன் இந்தப் பட்டாளத்தில் தன்னை ஒரு நர்ஸாகப் பதிவு செய்து கொள்ள வேண்டும்? போர்முனைப் பணியிலே, பெண்ணினமும் சேர வேண்டும் என்ற லட்சிய நினைவுக்கு ஒரு எடுத்துக்காட்டாகச் சேர்ந்தாளா? பிளாரன்ஸ் நைட்டிங்கேல் முதலிய பெண்மணிகளெல்லாம் யுத்த முனையில் புரிந்த அருஞ் சேவைகளினால் தானே புகழ் பெற்றார்கள். நாமும் ஏன் அப்படிப் பணிபுரிந்து புகழ் பெறக் கூடாது என்ற எண்ணத்தோடு சேர்ந்தாளா? இல்லை - பழம் புராண காலங்களிலெல்லாம் பெண்களும் ஆணோடு கைகோத்து, யுத்த சேவை புரிந்தார்களாமே. தசரத சக்ரவர்த்திக்குக் கைகேயியும், கிருஷ்ண பகவானுக்குச் சத்ய பாமையும் வலது கையாக நின்று உதவி புரிந்தார்களாமே, அதுபோல் நாமும் புரியலாமே என்றுதான் அந்த ஆணோடு அவ்வளவு ஒன்றிச் 'சேவை' புரிந்துகொண்டிருக்கிறாளா?

"அதெல்லாமிருக்க முடியாது. அவளும் பெண். மாம்பழத்தின் உள்ளிருந்து குடையும் கருவண்டைப் போல, அவளுக்குக் கிறுகிறுப்பு ஊட்டும் அந்த இளமை வெறிதான் அவளை இப்படியெல்லாம் செய்யத் தூண்டுகிறது. "சே! போர் முனையில் பணி செய்யவந்த அவள் மனசிலுமா இப்படி-?"

மீண்டும் ஒரு சிகரெட்டை எடுத்துப் பற்றவைத்துக் கொண்டே, இடத்தில் அமர்ந்தான். தன்னை மறந்து இருக்கவேண்டுமென்ற எண்ணத்தால், இழுத்த புகையை யெல்லாம் உள்ளேயே ஜீரணித்துக்கொண்டான். ஆனால் அவன் நினைக்கிறபடி, அவனுடைய புலன்கள் கட்டுப்பட்டுத்

தூங்கிவிடுகின்றனவா? அப்படியானால்தான் இந்த 'ஜீவயாத்திரை' புரிய வேண்டியதேயில்லையே. கொஞ்ச நஞ்சம் தூங்கிக் கிடந்த நரம்புகளும் உணர்ச்சி பெற்றுப் புடைத்துக் கொண்டு, அவன் சிந்தனைச் சக்கரத்தின் வேகத்தைக் கூட்டி அவனுக்கு ஒரு நிலையும் கொள்ளவில்லை. கெட்ட சொப்பனம் காணும் நோயாளி நிலையிழந்து, புரண்டு புரண்டு படுப்பதுபோல, அவன் மாறி மாறி உட்கார்ந்து கொண்டிருந்தான்.

"கடவுள் ஏன் மனிதனுக்குப்,பகுத்தறிவு என்று ஒன்றைப் படைக்க வேண்டும்? மற்ற ஜீவராசிகளுக்கு அமைத்தது போலவே, ஐந்தறிவுடன் நிறுத்தியிருக்கக் கூடாதா?" தான் கண்டு பிடித்த ஆறாம் அறிவைப் பரிசீலனை செய்ய, இந்த மனித ஜன்மந்தானா, கண்ணில் படவேண்டும்? சிந்தனை என்பதே மனிதனுக்கில்லாதிருந்தால்?

"அதோ விடுபட்ட, அம்புபோலப் பறந்து திரிகின்றனவே பட்சி ஜாலங்கள்! அவற்றுக்கென்ன, பகுத்தறிவா இருக் கிறது? அவற்றுக்கு உற்சாகமில்லையா? கவலை என்பது என்றாவது அவற்றின் வாழ்வில் தோன்றியதுண்டா? இருக்க முடியாது. அந்தப் பட்சி ஜாலங்களில் நானும் ஒன்றாக இருந்தால் -? சே! பழையபடியும் இந்தச் சிந்தனை பண்ணு கிற சேட்டையைப் பாரேன்."

இப்படியே அவன் அஸ்திவாரமற்ற ஆகாயப் பரப்பில், மண் கோட்டைகள் சமைத்துக்கொண்டிருந்தான். அவை எந்த நேரமும் மீண்டும் மணலாகிவிடும் என்ற உணர்ச்சியே அவனுக்கு உதிக்கவில்லை.

திருப்பதி யாத்திரை செல்லும் கிழ யாத்திரீகன் பாதி வழி ஏறியதும், ஓய்ந்த இடுப்பில் கையை ஊன்றி, மேலே ஏறிட்டுப் பார்த்துக் கொட்டாவி விடுவதுபோல், மெயில் இரவு மூன்று மணிக்கு, பூனா ஸ்டேஷனில் வந்து நின்று பெருமூச்சு விட்டது.

அவன் கீழே இறங்கிக் கிட்டிக்கும் குளிரை விரட்டி யடிக்க, 'கரம் சா' சாப்பிட்டான். சிகரெட் ஒன்றைப் பற்ற வைத்துக் கொண்டே ஐஸ் கட்டியில் நடப்பதுபோல, பிளாட் பாரத்தில் உலவிக் கொண்டிருந்தான்.

தலையில் கட்டிய கம்பளிச் சவுக்கத்தை, இறுக்கிப் பிடித்தவாறே நிற்கவாரம்பித்தான் அவன்.

ஒதுக்கி வைத்த பொருளை வேண்டுமென்றே எடுத்துப் பார்க்கும் குறும்புக் குழந்தையைப்போல், அவன் கண்கள் அந்தக் காட்சியை நாடிற்று.

எவனோ, ஒரு B.O.R. (அன்னிய ஸோல்ஜர்) எவளோ ஒருத்தியிடம் விடைபெற்றுக் கொண்டிருந்தான். அவன் யாரோ தெரியவில்லை.இரவு குடிக்கப்போன ஹோட்டலில் சிநேக மானவளோ என்னவோ? அவன் பிரிந்து சென்றதும், எவன் அவளுக்காகக் காத்திருக்கிறானோ?

ரயிலில் ஏறப் போகுமுன், அப்படியே அவளை நெஞ்சோடு அணைத்து, முகத்தை நிமிர்த்திப் பிடித்து, அண்ணாந்து நின்று துடிதுடிக்கும் சாயந் தடவின உதடுகளில் தன் முகத்தை முரட்டுத் தனமாக வைத்து அழுத்தினான்.

அவன் மனசில் காந்தமிழந்து போன உணர்ச்சி மீண்டும் வேகம்பெற்றுத் துடிதுடிக்க ஆரம்பித்தது. அப்படியே, தன் மார்போடு கட்டியிருந்த கைகளை இறுக்கிப் பிடித்து கணப்பு ஏற்படுத்திக்கொண்டான்.

சே! இவர்களுக்கென்ன, வெட்கமேயில்லையா? பத்து ஆண் பெண் நடமாடும் சந்தையிலா, இந்த மாதிரி 'ஆபாசம்' பண்ணுவது? அவர்கள் ஆசையை, இப்படித் தான் காட்டிக்கொள்ள வேண்டுமா? நாகரிகத்தின் நரக விளைவுதானா இதெல்லாம்? நெஞ்சோடு அணைத்து - அப்பா! அவ்வளவு நேரம்? அவன்தான் அந்த அணைப்பின் இன்பத்தைப் பெற்றானோ இல்லை -- அவன் தன் மேல் குளிருக்காகப் போட்டிருக்கிறானே, கனத்த கம்பளிக் கோட் -

அதுதான் அனுபவித்ததோ? யார் கண்டார்கள்? இருந்தாலும் - இந்த மாதிரி ! நடுத் தெருவில் நிர்வாணமாய் அலைவதற்கும், இந்த மாதிரி ஆணும் பெண்ணும் ஒருவரை யொருவர் அணைத்துக்கொண்டு முகத்தோடு முகம் தேய்ப்பதற்கும் என்ன வித்தியாசம்?

"ஆனால்?"

அவன் போர்முனைக்குச் செல்பவன். அவன் பதிக்கிற இந்த முத்தந்தான் அவன் வாழ்விலேயே கடைசியாக இருக்கலாம். ஆவி தீர்ந்த பின்னர் அவன் தரை மகளை ஒருவேளை முத்தமிடலாம். ஆனால், இந்தத் துரைமகளை முத்தமிட முடியுமா?

"அப்பா! ஒரு மட்டும் அவர்கள் விலகிக்கொண்டார்கள். அவர்கள் முகத்தில் கொஞ்சமேனும் வெட்க மிருக்கிறதா?"

அவன் நீண்ட பெருமூச்சுவிட்டான். உள்ளத்தில் பித்தக் கனல் பயங்கரமாகச் சீறியது. பழங்கால நினைவுச் சேற்றில் அவன் மனப்பன்றி மீண்டும் புரண்டது.

"காதல்- எனக்கு இந்த வார்த்தையில் கூட, கசப்பு ஏற்பட்டுவிட்டது. ஆணுக்கும் பெண்ணுக்கும் ஆசைப் பித்தம் அதிகமாகி, ஒருவரையொருவர் கட்டியணைக்கும் வெறி மூண்டால் அதன் பெயர்?

சே! எனக்கு என்னவோ, வெறுத்துவிட்டது. ஆனால், தனி மரம் தோப்பாகி விடுமா? தாமரை இலைக்குக் கீழுள்ள அகண்ட நீல நீர்ப்பரப்பிற்கும், அந்த இலைமேல் தனி வாசம் செய்யும் வைர மழைத்துளிக்கும் வித்தியாசமில்லையா?

அதைப் போலத்தான் என் வாழ்வும். உலகத்தின் மனித வெள்ளத்தைவிட அதனுடன் ஒட்டியும் ஒட்டாமலும் வாழும் என் வாழ்க்கைத்துளி சிறந்ததில்லையா?

"இதென்ன? ஆதாரமற்ற முட்டாள் விசாரணை! கடவுளைத் துதிக்கும் கைகள்தான் கொடுவாளையுந் தொடு கிறது. இந்த மனமும் அப்படித்தான். ஆற்றில் குளித்த அதே உடம்பைச் சேற்றிலும் நனைக்கிறது. அப்பா! மனம் என்பதே ஒரு புதிர். அதை ஆராயப் புகுந்தால், வாழைப் பூவின் மடல் உரித்த கதைதான்!"

அவன் மீண்டும் ஒரு சிகரெட்டைப் பற்றவைத்துக் கொண்டான். சிந்தனைச் சக்கரங்களின் கோரப் பற்களிடையே அகப்பட்டு நைந்து கொண்டிருந்த அவனுக்கு அந்த லாஹிரி வெந்த புண்ணுக்கு விசுறுவதுபோல் இருந்தது.

மெயிலும் பம்பாயை நெருங்கும் உற்சாகத்தில், பேய் வேகத்தில் சென்றது. சிறிது நேரத்தில் மாதுங்கா, தாதர், பைகுல்லா எல்லாவற்றையும் தாண்டி, விக்டோரியா டெர்மினஸ்ஸில் போய், பந்தயத்தில் ஜெயித்த குதிரை போலக் கம்பீரமாக நின்றது.

அவன் மூட்டை முடிச்சுகளைத் தயார் செய்து கொண்டு கீழே இறங்கினான். அப்போது, அவன் மனம் சர்வ சூன்யமாய் இருந்தது. அவனுடைய கண்காணா நம்பிக் கையும், கசந்த உண்மையும் மறைந்துவிட்டன. இத்தனை புயல்களுக்குப் பிறகும் அவன் மனசில், "ஆணை அழிக்க வரும் ஆலமல்ல பெண்; அதை அருந்த வரும் அநாதை. ஆனால், ஆண் பாத்திரமறிந்து பிச்சையிட வேண்டும்" என்ற உண்மை முளைகூட விடவில்லை.

சூன்யமான பாழ் மனசுடன், ஸ்டேஷனை விட்டு வெளியே வந்து, போர்பந்தரை நோக்கி நடந்தான்.

"பாபுஜி! அச்சா சோக்ரிஹை! பஹுத் கம்திரேட் ஹை!" (பாபு, ரொம்ப நல்ல பொண்! குறைஞ்ச ரேட்டு!) என்று கூறிக்கொண்டே பக்கத்தில் நெருங்கினான், பதின் மூன்றே வயதுள்ள ஒரு 'டாபர் மாமா.'

மனசில் புகைந்த எரிச்சலுடன் "தூ!" வென்று காறித் துப்பினான்,அவன்.

நல்லவேளை! அது அவன் மேல் விழாமல் போயிற்று!

1943

குமிழி

நிலைக்கண்ணாடியின் முன்னின்று தன்னை அலங்கரிப்பதில் ஈடுபட்டிருந்தாள், ஜானகி. கல்யாணராக ஆலாபனத்தை, அவளது உதடுகள் முனகிக்கொண்டிருந்தன. அவளது உள்ளத்தில் குதூகல அலைகள் எழும்பிக் குதித்தவண்ண மிருந்தன. அந்தக் குதூகல அலைகளிலே, அவளது சிந்தனைப் படகு ஒரே ஒரு எண்ணத்தைத் தாங்கிப் பாய் விரித்துச் சென்றது.

"இன்றைக்குக் கூட்டிப் போவதாகக் கூறியிருக்கிறார்கள் 'அவர்கள்' வந்ததும் எப்படியாவது இன்று போகவேண்டும்."

ஜானகி, ராஜாராமின் மனைவி. ராஜாராம் அவளை அடையக் கொடுத்துத்தான் வைத்திருக்க வேண்டும்; அவ்வளவு அழகி. நன்கு பழுத்துக் கனிந்த எலுமிச்சம்பழம் போன்ற மேனியுடையவள். ரொம்பவும் சிரமமெடுத்துச் செதுக்கிய சித்திரப் பதுமைபோல் இருந்தாள், அவள். அவளது யௌவனம் நிறைந்த உடலில், அழகு பால் நுரைபோல நுரைத்துக் கொண்டிருந்தது.

அன்று அவள் தன்னை அலங்கரிப்பதில் ஒரு தனிக் கவனம் எடுத்துக்கொண்டாள். வாசனைத் தைலத்தால் நனைக்கப் பெற்ற கருங்கூந்தலை ஜடை பின்னி, ஜிலேபிக் கொண்டை போட்டிருந்தாள். மதர்த்து, கர்வத்தோடு நிற்கும் கருவிழிகளுக்கு மை தீட்டியிருந்தாள்; வலைக்கு எத்துப்படாத கெண்டை மீனைப்போல் துள்ளித் திரிந்தன அவை. நெற்றியிலேயமைந்த குஜிலிப் பொட்டு, சந்திரனை ஒட்டிய ரோஹிணியை நினைவுக்கிழுத்தது. கண்ணாடிக் கன்னங்களில், கம்மல் கற்களின் ஒளி ஜாலம் மினுமினுத்தது. இடுப்பிலே முன் கொசுவம் வைத்துக் கட்டிய கராச்சிப் புடவையின் முன் தாவணி, கருப்பு ஜம்பர் ரவிக்கையின் மேல் மாதவிக் கொடிபோல, படர்ந்து கிடந்தது. சௌந்தர்ய

லக்ஷ்மியே இறங்கி வந்ததுபோல இருந்தது, அவள் அலங்காரம்.

அலங்காரம் ஒருவாறு முடிவு பெற்றது, தலையில் பூச்சூட வேண்டியதொன்று தான் பாக்கி. புஷ்பத் தட்டிலே கிடந்து புன்னகை புரியும் ரோஜா மலர்களை எடுத்துத் தனது கொண்டை வளைவில், ஒவ்வொன்றாகச் சொருக ஆரம்பித்தாள்.

வாசற்கதவைத் தடாலென்று திறந்து கொண்டு, பேய்க் காற்றைப்போல், உள்ளே நுழைந்தான், ராஜாராம். கையிலிருந்த குடையையும், ஆபீஸ் கட்டையும் எறிந்துவிட்டு "காப்பி ஆயிற்றா?" என்றான் கொஞ்சம் விறைப்பாக. நெஞ்சினுள் புகையும் சினத்தின் ஜூவாலையால்

அவனது முகம் சிவந்துபோயிருந்தது.

"இல்லை. அதற்குள்........." - ஜானகி ராஜாராமின் நிலையைக் கண்டு உள்ளூர நடுங்கினாள்.

"ஏன்?"

"இன்றைக்குச் சினிமாவுக்குக் கூட்டிப் போவதாகச் சொன்னீர்கள். அதற்கு உடை உடுத்திக் கொண்டேன். காப்பீ வேண்டுமானால்......"

"களைத்து வருகிறவனுக்கு ஒரு கப் காபி கொடுக்க நேரமில்லையோ? அலங்காரம் பண்ணிக் கொண்டாளாம். அலங்காரம்! எதுக்கு இத்தனை அலங்காரம்? கொட்டகையில், எவன் உன் அழகைப் பார்த்து மயங்கணும்?" கொஞ்சமும் யோசிக்காமல் ராஜாராம் இவ்வார்த்தைகளை வீசினான்.

ஜானகியின் உள்ளம் ஒரு குலுங்கு குலுங்கிற்று. அவள் கையிலிருந்த ரோஜா மலரின் இதழ்கள் அங்க அதிர்ச்சியால், உதிர்ந்து விழுந்தன. அவளது கண்ணாடிக் கன்னத்தில் குபீலென்று ரத்தம் பாய்ந்தது. ராஜாராமின் விஷந்தோய்ந்த

வார்த்தை அம்புகளின் தாக்குதலை அவளால் தாங்க முடியவில்லை. வெடிச் சப்தம் கேட்ட மான் போல், உள்ளே ஓடினாள். அவளது உள்ளம் நிலை கொள்ளாமல், நங்கூரமற்று, பாய்மரமொடிந்த படகைப்போல, வேதனைப் புயலில் தத்தளித்தது.

"நான் யாருக்காக அலங்காரம் செய்து கொண்டேன் அவருக்காகத்தானே. அவருடைய களைத்த மனத்தில் களிப்பூட்டுவதற்குத்தானே. அவருடைய கட்டளையின் பேரில்தானே நானும் அலங்கரித்துக் கொண்டேன். கணவன் சொல்லைக் கடமையாக உணர்ந்து நடந்ததற்கா, இந்த அபவாதம்? 'எதுக்கு இத்தனை அலங்காரம்? எவனை மயக்க?'- அப்பா! எவ்வளவு கர்ண கடூரமான வார்த் தைகள், இவை! அவர் இதைக் கொஞ்சமாவது உணர்ந்து கூறினாரா? ஒரு கணவன் தன் மனைவியிடம் பிரயோகிக்கும் வார்த்தைகளா, இவை? கடமையை உணர்ந்து பணிவிடை செய்ய எண்ணும் மனைவிக்கு அளிக்கும் பரிசா, இவ்வார்த்தைகள்!... ஆனால்...ஆனால்...!

"பணிவிடை! அவருக்குப் பணிவிடை செய்வது இப்படியா? இல்லை. ஆபீஸிலிருந்து களைத்து வீடு வந்து சேரும் அவருக்கு விச்ராந்தியாக இருக்க, நான் கட்டாயம் காபி தயாரித்துக் கொடுத்திருக்க வேண்டும்? கடமையை மறந்து, களிப்பில் இறங்கிய எனக்கு இது வேண்டும்! ஆனால் இந்தச் சிறு தவறுக்கு இத்தனை பெரிய அபவாதமா?"

"இத்தனை பெரிய அபவாதமா?" என்று அவள் நினைக்க நினைக்க, அவளுடைய உள்ளம் பொருமியது. உள்ளத்தின் பொருமல், கண்களின் வழியாய்க் கண்ணீரை உதைத்துத் தள்ளியது.

ராஜாராம் வேர்வையில் நனைந்த உடைகளைக் கழற்றி, ஸ்டாண்டில் மாட்டிவிட்டு, கைகால் கழுவக் குழாயடிக்குப் போனான். போகிற போக்கில், பக்கத்து அறையுள் சென்ற ஜானகியைப் பார்க்க எண்ணினான். ஆனால், உள்ளே இருந்து

விம்மி விம்மித் தாளும் சோகப் பொருமலைத்தான் அவன் கேட்க முடிந்தது. அவனது மனத்தின் அலைகளை இழுத்துவிட்டு உயரச்செய்தது, அந்தப் பொருமல். ஒன்றும் ஓடாமல், மாடியை நோக்கி விர்ரென்று சென்றான், அவன். அன்று அவன் மனம் ஒரு நிலையிலில்லை. காரணம் ஆபீஸில் நடந்த ஒரு சம்பவம்.

நூற்காலியில் செயலற்றுச் சாய்ந்திருந்தான், அவன் அவனது சிந்தனையோ அடிபட்டு விழுந்த கருவண்டைப் போல், சுழன்று சுழன்று துடித்தது.

"என்ன மிஸ்டர் ராஜாராம், "புரோபேஷன் பீரியடிலேயே இந்த மாதிரியெல்லாம் ஆரம்பித்தால், வாழ்க்கையில் உருப்படுவதுதான் எப்படி?" என்றல்லவா ஆபீஸர் என்னைக் கேட்டுவிட்டார். என்னைப்பற்றி அவர் என்ன வெல்லாம் நினைத்திருப்பார்? இருந்தாலும், இந்தக் கல்யாண மய்யர் என் பெயரைக் கூறி, அனாவசியமாகப் பழியில் பங்கு கோர வேண்டாம். ஹெட் கிளார்க்காம்; ஹெட் கிளார்க்! அதற்காக, மற்ற கிளார்க்குகளைப் பற்றி, எது வேணுமானாலும் கூறலாமா? அந்தப் பேப்பருக்குக் கலியாணமய்யர் லஞ்சம் வாங்கியதும் எனக்குத் தெரியத்தான் செய்யும். ஆனால், நாம் நல்ல பிள்ளையாட்டமா ஒதுங்கிப் பிழைக்கலாமென்று இதைப்பற்றி ஒன்றுமே கூறாதபோது, இவர் ஏன் பெயரையும் இழுக்க வேண்டும்? ஆபீஸர் கேட்டாரோ இல்லையோ, "நான்மட்டுமில்லை. எல்லாக் குமாஸ்தாக்களுமே..." என்று எவ்வளவு சாதுரியமாகப் என் பேச்சை இழுத்தார், அவர். பாவி மனுசன்! தான் செய்த பழியின் பாவத் திற்கு, பங்காளியா சேர்க்கிறார்? ஆனால் ......

"ஆபீஸில் நடந்ததுக்கும், ஜானகியைக் கோபிப்பதற்கும் என்ன சம்பந்தம்? சே! அவளைப் பார்த்து என்ன சொல்லி விட்டேன். வீட்டிலே இருக்கிற அவள், களைத்து வரும் என்னை மகிழ்விப்பதற்காகத் தானே, அலங்கரித்துக் கொண்டாள். ஆத்திரத்தில், மனக்கசப்பில் என்னவெல்லாமோ உளறிவிட் டேனே. "சினிமாவிற்குப் போகலாம். சாயந்திரம் தயா ராயிரு"

என்று நான்தானே சொன்னேன். என் சொற்படி நடந்ததற்கு மரியாதையா, இது? பாவம், அவள் பெண்ணல்லவா? என்னுடைய விஷ மூச்சில் பிறந்த வார்த்தைகளால் கருகிவிட்டாளே. அவள் யாருக்காக அலங்கரித்துக் கொள்ள வேண்டும்? எனக்கல்லாமல், வேறு யாருக்காக இருக்க முடியும்? எனக்காகத்தான் அலங்கரித்துக் கொண்டாள். தாங்க முடியாத மனக்கசப்புடன் வந்த என்முன், திகட்டாத தேன் போல அலங்கார பூஷிதையாக வந்து நின்ற ஜானகியின் முன்னிலையில் ஏற்பட்ட உணர்ச்சிச் சிதைவினால், என்னத்தை யெல்லாமோ உளறிவிட்டேனே! எவன் மயங்க வேண்டும்? என்னைத் தவிர வேறு யாருக்கு இந்தப் பிரத்தியேக உரிமை உண்டு? போன வருஷம் நான் ஆபீஸிலிருந்து வரும்போது, நானே அவளுக்குப் பூ வாங்கிவந்து கொடுக்கவில்லையா? என் கரங்களாலேயே எத்தனையோ தடவை அதைச் சூட்ட வில்லையா? அந்த நாட்களெல்லாம் கனவா? இல்லை. ஆனால்......... !

"மிஸ்டர் ராஜாராம்! ராஜாராம்!"

தெரு வாசலிலிருந்து வந்த குரல், அது. ராஜாராமின் சிந்தனைச் சக்கரம் சட்டென்று நின்றது. மாடியிலிருந்து கீழே இறங்கி வந்தான். வருகிற வழியில் ஜானகியைப் பார்த்தான். அவள் ஜடையை அவிழ்த்துச் சாதாக் கொண்டை போட்டிருந்தாள். அவள் தலை இருண்டிருந்தது.

ஒரு ரோஜா மலராவது அதில் ஒளி செய்யவில்லை. அவள் கட்டியிருந்த கராச்சிப் புடவை, கொடியில் சாவதானமாகத் தொங்கிக் கொண்டிருந்தது.

வாசலில் வந்து பார்த்தான். ஹெட் கிளார்க் கல்யாணமய்யர் நின்றுகொண்டிருந்தார். அவரைப் பார்த்ததும், ராஜாராமுக்கு ஆங்காரம் பொத்துக்கொண்டு வந்தது. அப்படியே அவர்மேல் பாய்ந்து, மென்னியைத் திருகி விடலாமா என்று எண்ணினான். ஆனால் "மன்னிக்க வேண்டும், தம்பி" என்று பரிவோடு எடுத்த எடுப்பிலேயே வார்த்தைகள் வெளிவந்தன.

ஆத்திரத்தை அடக்கிக்கொண்டு “உட்காருங்கள்" என்றான் ராஜாராம்.

"தம்பி, நான் உங்கள் பேரையும் அனாவசியமாக இழுத்து விட்டேன். ஏதோ படபடப்பில் இன்னது சொல்கிறோம் என்று அறியாமல் சொல்லிவிட்டேன். அதற்காக இப்போது வருந்துகிறேன்."

'இதில், வருந்துவதற்கு என்ன இருக்கிறது? பாவத்திலும் பங்கு சேர்க்கத் துணிந்த பின் வருத்தம் எதற்கு?'

"அப்படிச் சொல்லக்கூடாது தம்பி. உங்களைப் போன்ற நல்ல பையனின் செல்வாக்கைக் குறைத்துவிட்ட பாவம் என்னை விடாது!"

"பாவம் புண்ணியம் பார்க்கிறதாயிருந்தால் முதலிலேயே இந்த வழக்கத்தில் ஏன் ஸார் தலை கொடுக்க வேண்டும்?"

"அப்படிப் பார்த்தால் முடிகிறதா? அளக்கிற படி செலவிற்கே காணவில்லை. மூத்த மகன் பி.ஏ. படிக்கிறான். இளையவன் படிப்பு அப்படி அப்படித்தான். இன்னும் இரண்டு பெண்களுக்குக் கல்யாணமாகவேண்டும். இந்தப் பஞ்ச காலத்திலே, இவர்கள் கொடுக்கிற எண்பது ரூபாய் எந்த மூலைக்கு? 'வாங்காமல்' இருக்கமுடியுமா?'

"இருந்தாலும், மானம் வெட்கத்தை விட்டு"

"மானத்தையும் வெட்கத்தையும் கவனித்தால், பெற்ற பிள்ளைகளை நடுத்தெருவில் விடவேண்டியதுதான் தம்பி!"

ராஜாராம் பெருமூச்சுவிட்டான். கல்யாணமய்யர் அசையாமலிருந்தார்.

"தம்பி, என்னைப்பற்றி என்னமும் மனசில் வைத்துக் கொள்ளாதே. இல்லையென்று சொல்லு தம்பி!" என்றார் கல்யாணமய்யர், ராஜாராமின் கைகளை இறுகப் பிடித்துக் கொண்டு. ராஜாராமுக்கு ஒன்றுமே ஓடவில்லை.

"நான் ஒன்றுமே நினைக்கவில்லை, ஸார்!" என்றான் சாந்தத்தை வருவிக்க முயன்றுகொண்டு.

கல்யாணமய்யர் விடை பெற்றுக்கொண்டு விட்டார். ராஜாராம் வீட்டினுள் நுழைந்தான்.

"தான் நடந்துகொண்ட அசம்பாவிதத்திற்காக ஹெட் கிளார்க் என்னிடம் மன்னிப்புக் கோரினார். நான் நடந்து கொண்ட அசம்பாவிதத்திற்கு ஜானகியிடம் போய் மன்னிப்புக் கோரவா?" அவன் உள்ளம் அலைபாய்ந்தது.

ஜானகியிடம் பேசக்கூட அவனுக்குத் துணிவில்லை! கொஞ்ச நேரம் அசையாமல் அப்படியே நின்றான். "ஜானகியைச் சாந்தப்படுத்து! படுத்து!" என்று மனம் கதறியது. விறுவிறு என்று ராஜாராம் சமையலுள்ளில் நுழைந்தான்.

"காப்பி ஆயிற்றா?' ரொம்பவும் தயக்கத்தோடு கேட்டான், முகத்தில் எழுதியிருந்த பீதியை மறைக்க முயன்று கொண்டு.

"ஆய்விட்டதே!" என்று காப்பியைக் கப்பில் எடுத்துக் கொண்டு, புன்னகையோடு வந்தாள் ஜானகி.

புன்னகையைக் கண்ட ராஜாராமின் மனம் குளிர்ந்தது; பீதி மறைந்தது.

காப்பியை வாங்கிச் சாப்பிட ஆரம்பித்தான். சாப்பிடும் போதே, அந்தச் சூடு பொருந்திய காப்பியில் எழுந்த தேன் கூடுபோன்ற நுரைக் குமிழிகள் உடைந்து மடிவதைக் கவனித்தான். சிறிது நேரம் மௌனம், பின் மீதிக் குமிழி களையும் ஊதி ஒழித்துவிட்டுக் காப்பியைச் சாப்பிட்டான்.

"நேரமாகிறதே, பிலிமுக்குப் போக வேண்டாமா?" என்றான், கண்ணீர் வழிந்து, வரி கிடந்த ஜானகியின் கன்னங்களைப் பார்த்துக்கொண்டு.

"இல்லை. இன்னொரு நாள் பார்த்துக் கொள்ளலாம்" என்றாள் ஜானகி, தன் கையிலிருந்த நுரையற்ற மீதிக் காப்பியையும் - ராஜாராமின் கையிலிருந்த டம்ளரில் ஊற்றி விட்டு.

-1943

இரவில்

இரவில் ......

அவள் அந்தத் தெருமுனையில் நின்றுகொண்டிருந்தாள்.

அரையில் ஒரு வேஷ்டி; உடம்பில் முதுகுப்புறம் கிழிந்த மல் ரவிக்கை ஒன்று. அதன் மேல், கிழிந்து போன வாழையிலைத் தார் போல, ஒரு மேலாப்பு; ஏதோ கிடந்தோ மென்ற பேருக்காக ஒட்டிக் கிடந்தது. ஒட்டியுலர்ந்து முதுகெலும்போடு ஐக்கியமாகும் வயிற்றின் குழிவால், அவளுடைய வற்றிய மார்புகூடக் கொஞ்சம் விம்மியது போலத்தான் தோற்றமளித்தது. மற்றப்படி காதில், கழுத்தில் ஒன்றுமில்லை.

ஒன்றுமில்லை. உடையும், பார்வையும் அவள் ஒரு சரியான 'மலையாளத்து அச்சி' என்பதைத் தெரியப் படுத்தின.

மலையாளத்தில் இன்று வயிற்றிற்கு மட்டும் பஞ்சமில்லை; வாலிபர்களுக்கும் பஞ்சம் ஏற்பட்டுவிட்டது. பசியின் கொடுமையைச் சமாளிக்க முடியாமல் பட்டாளத்தில் சாடினர், வாலிபர்கள். மலையாளத்துப் பெண்களின் பாடு திண்டாட்டமாய்விட்டது. பசிக்கும், பருவத்திற்கும் இடையே வருந்தினர், பலர்.

அவளும் அந்தப் 'பலரில்' ஒருத்தி. பாண்டி நாடு புகுந்தால், பருவத்தை அடகு வைத்தாவது, பசியைத் தணித்துக் கொள்ளலாம் என்று எண்ணி வந்தவள்.

அவள் நின்றுகொண்டிருந்தாள். முனையில் நின்றவாறே, நாற் திசையிலும் பார்வையைச் செலுத்தினாள்.

'அந்தத் தெரு ......?'

தன்னை, கலாப மயில் என்று எண்ணிக்கொண்டு, மினுக்கிக் குலுக்கித் திரியும், இந்த வான்கோழி உலகின் வறட்டு நாகரீகத்தின் அழியாத சின்னம், அந்தத் தெரு; ஆபாசச் சாக்கடை, அது. அந்தச் சாக்கடையுள் பல புழுக்கள் நெளிந்து சுருளுகின்றன. வண்ணாத்திப் பூச்சிகளைப் போலச் சீவி முடித்துச் சிங்காரித்துக் கொண்டு, 'சக்கரை மிட்டாய்' ஸாரிகளை, உடம்பில் வளைய வளையச் சுற்றிக்கொண்டு, மனித உருக்கொண்ட மிருகங்களின் ரத்தத்தை உறிய எதிர்பார்த்து நிற்கும், இந்தக் கிருமிகள், இந்தப் புழுக்களைப் பூங்கொடி என்று எண்ணி, அதை முகர்ந்து பார்த்துத் துன்புறுவார், பலர். அது ஒரு விபசார விடுதி; தேவடியாள் குடித்தெரு!

இன்னும், அவள் அந்தச் 'சாக்கடை'யின் கரையோரம் நின்றுகொண்டிருந்தாள்.

எத்தனையோ மைனர்கள், மீசை நரைத்த பெரியார்கள், சுகசரீரிகள், குஷ்டரோகிகள், ஏழைகள், குமாஸ்தாக்கள், பிரபுக்கள், உத்தியோகஸ்தர்கள், ஆசிரியர்கள், மாணவர்கள், சிறுவர்கள் -- இன்னும் எத்தனையோ பேர்கள் எல்லாம் அந்தச் சாக்கடையுள் முங்கிக் குளிக்க நுழைந்தனர். ஆனால், ஒருவராவது அவள் நிற்பதைக் கவனிக்கவில்லை; கண்ணிலே பட்டாலும் விறைப்பாகச் சென்றனர், சிலர். காரணம்: அவள் ஒரு வண்ணாத்திப் பூச்சியல்ல. சிங்காரிக்க அவளால் முடியாது; தெரியவும் தெரியாது.

அவள் காலுங்கூட அலுத்துப் போய்விட்டது. மனமும் அலுக்க ஆரம்பித்தது.

கடைசியில்

யாரோ ஒருவன் வந்தான். 'சாக்கடை'யுள் நுழையுமுன் தெரு முனையில் நின்ற அவளைக் கண்டுவிட்டான். கண்களும், முந்திய அநுபவமும் அது ஒரு 'அடிபடாத சரக்கு' என்று

துலாம்பரமாக அளந்து காட்டிற்று. அவளும், அவனைப் பார்த்துவிட்டாள். வாடியிருந்த கொக்கிற்கு ஒரு உறுமீன் கிடைத்தது போலத்தான் இருந்தது, அவளுக்கு.

அவன் அவளிடம் நெருங்கி, அவளைக் கூட்டிக்கொண்டு போனான். மனிதக் கண்களின் கூரம்புகள் பாய முடியாத இருளில் இழுத்துச் சென்றான்.

அந்த இருள் நிறைந்த சாலையில், மனித நடமாட்டமற்ற ஒதுக்கத்தில் பேரம் நடந்தது:

"எவ்வளவு வேணும்?"

"ஒரு ரூபா கொடுங்களேன்."

அவன் யோசித்தான். *'மீன்'* தப்பிவிடுமோ என்று அவள் பயந்தாள்:

"சரி,சாமி நீங்க என்னதான் தருவீக?"

"ஆறணா இன்னா......." ரொம்பவும் இழுத்துப் போட்டான்.

"என்ன சாமி? கால்வயித்துக் கஞ்சித்தண்ணிக்காவது வேண்டாமா?"

அவள் கண்களில் நீர் சுரந்தது. அந்த மிருகத்திற்கு அவள் வார்த்தைகளில் தொனித்த சோகத்தைக் கூட உணரச் சக்தியில்லை. கேவலம், ஜாண் வயிற்றுக்காகத் தன் சடலத்தை இரவல் கொடுக்கிறாள் என்பது கூட, அவனுக்குத் தெரியவில்லை. இச்சை வெறி அவன் இதயத்தைக் கல்லாக்கியிருந்தது.

"முடிவா எட்டணா தாறேன். சம்மதமா?" என்றான் விறைப்பாக.

அவள் மௌனம் சாதித்தாள். பதில் என்ன தேவை? அவளது தோள்பக்கம் கைபோட்டு இழுத்தான் அவன்

ஒரு மனித மிருகத்தின் இச்சை அன்று பூர்த்தி யாயிற்று.

இருட்டோடு இருட்டாய் முடிச்சை அவிழ்த்து, ஒரு முழுக்காசை எடுத்துக் கொடுத்தான் அவன். பர பரப்போடு அவள் அதைக் கையில் வாங்கி, ஸ்பரிசத்தால் நல்ல அணாவென நிச்சயித்துக்கொண்டாள்.

அவன் போய்விட்டான்.

அவள் ஆடையைச் சீர்படுத்திக்கொண்டாள். மல் ரவிக்கையை இறுக்கிக் கட்டிக் கொண்டு, அந்தக் கிழிந்த வாழையிலை மேலாப்பை விரித்துப் போட்டுக்கொண்டாள். கலைந்த கூந்தலை நாசூக்காக வாரி முடித்துக் கொண்டு கடைத் தெருப்பக்கம் போகலானாள்.

போகிற வழியில்-

ஒரு மின்சார விளக்கின் ஒளியில் தன் கையிலிருந்த முழு அணாவைப் பார்த்தாள்.

ஆனால்......? அது ஒரு அரை ரூபாய் நாணயமல்ல.

புதுக் காலணா!

1942

தாலாட்டு

சுந்தரமூர்த்திக்கு அன்றிரவுதான் சாந்திக் கல்யாணம்.

சுந்தரமூர்த்தி வெளிமுற்றத்தில் ஈஸிசேரில் கண்ணை மூடியவாறே படுத்துக் கிடந்தான்; ஆனால் கண்கள்தான் மூடியிருந்தனவே தவிர, மனசு மூடவில்லை. மனசில் என்னென்னவோ சிந்தனைகள் உருண்டு புரண்டு கொண்டிருந்தன; எனவே அவனும் உருண்டு புரண்டு கொடுத்துக் கொண்டிருந்தான்.

உள்வீட்டுக் கடிகாரம் மணி பதினொன்று அடித்து ஓய்ந்ததும் அவனுக்குத் தெரியும். பெரிய பெருமாள் கோவில் அர்த்தசாம சேவைக்காகச், சங்கு ஊதும் முழக்கமும் அவனுக்குக் கேட்கத்தான் செய்தது.

அவன் தூங்கி விடவில்லை.

"என்ன சுந்தரம், இங்கேயே படுத்துக் கிடந்தா? ரூமூக்குப் போ" என்று அவனது ஒன்றுவிட்ட அக்கா வந்து அவனைச் சத்தம் கொடுத்தாள்.

சுந்தரமூர்த்தி திடுக்கிட்டுக் கண்ணைத் திறந்தான். அவனது நினைவுத் தொடர் அங்கேயே படீரென்று அறுந்து போனதன் காரணமாகத்தான் அந்தத் திகைப்பு.

எழுந்ததும் கண்ணைத் திறந்து புறங்கைகளால் கசக்கிக் கொண்டான்.

"சரி, மணி தூங்கிட்டானா?" என்று கேட்டான்.

"அவன் அப்பவே தூங்கிட்டான். இனிமே என்ன? அவன் கவலையும் விட்டுது; உன் கவலையும் விட்டுது" என்று அக்கா மனம் நிறைந்து கூறிவிட்டுப் பெருமூச்செறிந்து கொண்டாள்.

"சரி, நீ போ. நான் போய்க்கிடுதேன்" என்று கூறி விட்டு, மீண்டும் ஈஸிசேரில் சாய்ந்தான் சுந்தரமூர்த்தி.

"நேரமும் தான் ஆச்சில்லே?" என்று கூறிக்கொண்டே அக்கா அங்கிருந்து அகன்று சென்றாள்.

சுந்தரமூர்த்தி ஈஸிசேரில் படுத்தவாறு வானைப் பார்த்தான்; வானத்தில் ஒரே நட்சத்திரக் கூட்டம். ஒரே இருள். இருளில் துளித் துளித் துவாரங்கள் பொத்துக்கொண்டது போல் நட்சத்திரங்கள் மினுக்கின. அந்த இருளுக்கும் நட்சத் திரங்களுக்கும் மேலாக, எதையோ யாரையோ தேடிப் பார்ப் பதுபோல் அவன் கண்கள் ஒரு கணம் கூர்மை பெற்றன. மறுகணம் அவன் பெருமூச்சுவிட்டுக்கொண்டே சுற்றுமுற்றும் பார்த்தான்.

கூடத்தில் பெட்ரோமாக்ஸ் லைட் புஸ்ஸென்று எரிந்து கொண்டிருந்தது. காற்றுக் குறைந்து விட்டதால், விளக்கின் ஒளி மங்கிச் செத்து, சோகை பிடித்த மூஞ்சியைப் போல் பிரகாசமற்றுக் காய்ந்து கொண்டிருந்தது. விளக்கின் மீது எண்ணற்ற அந்துகளும், ஈசல்களும் மோதி மோதி விழுந்து கொண்டிருந்தன. வீட்டுத் தாரிசாவிலும் உள்ளிலும் பெண்கள் படுத்துத் தூங்கிக்கொண்டிருந்தார்கள். சீதை மட்டும் இல்லாத அசோகவனத்தின் ராக்ஷஸக் காவல் மாதிரி இருந்தது அந்தக் கோலம்.

சுந்தரமூர்த்திக்கு அந்த விகாரக் காட்சியில் ஒரு கணம் கூட, கண் நிலை குத்தவில்லை. உடனேயே எழுந்து சென்று காஸ்லைட்டின் பிடியைத் திருகி நெகிழ்த்தினான்; மூச்சை இழக்கும் பெட்ரோமாக்ஸ் ஆங்காரமாக உறுமிக்கொண்டு ஒளியைப் பறி கொடுத்து அடங்கியது.

இருள் சூழ்ந்து பரவி, சுற்றுப்புறச் சூழ்நிலையெல்லாம் கட்புலனுக்கு மறைந்த பின்னால் சுந்தரமூர்த்தி மெதுவாக அடியெடுத்து வைத்து மாடிப்படியில் ஏறினான். மாடிக்குச் சென்று அறைக் கதவைத் தள்ளினான். கதவு தானாகவே

திறந்து கொண்டாலும், திறக்கும்போது ஒரு தடவை முனகிக் கொண்டது.

சுந்தரமூர்த்தி உள்ளே நுழைந்ததும் கதவைப் பழைய படியும் சாத்திவிட்டுத் திரும்பினான்.

அங்கு மரகதம் துள்ளித் தாவிக் கட்டிலிருந்து இறங்கி ஒதுங்கினாள்.

சுந்தரமூர்த்தி நேராக மரகதத்திடம் போய்விடவில்லை. வெளியே பார்த்த ஜன்னலோரமாக நின்று அவனும் ஜன்னல் வழியே வெளியே பார்த்தான். பிறகு ஏதோ நினைத்துக் கொண்டவன் மாதிரி விசுக்கென்று திரும்பி நேராகக் கட்டிலில் வந்து உட்கார்ந்தான்; மரகதம் இன்னும் கொஞ்சம் ஒதுங்கி நின்று கொண்டாள்.

கட்டிலில் புதிய தலையணைகளும், புதிய மெத்தை ஜமுக்காளமும் போடப்பட்டிருந்தன. அதன்மீது அப்போது அவன் பார்த்த வானத்து நட்சத்திரங்களைப்போல, துளித் துளியாக உதிரிப் பூக்கள் சிதறிக் கிடந்தன. வானத்தை ஊடுருவிப் பார்த்தது போலவே, சுந்தரமூர்த்தி அந்தப் படுக்கையையும் ஊடுருவிப் பார்த்தான். எதிரே கிடந்த சிறு பெஞ்சியில் ஆறிப் போய் ஆடை படர்ந்த பால் இருந் தது. பக்கத்தில் ஏதோ தின்பண்டங்கள்.

சுவரோரத்தில் இருந்த குத்து விளக்கு மரகதத்தைப் போலவே மூச்சு விடாமல் ஆடாமல் அசையாமல் நின்று எரிந்து கொண்டிருந்தது.

"உட்காரேன்.''

மரகதம் உட்காரவில்லை. நின்று கொண்டுதானிருந்தாள்.

சுந்தரமூர்த்தி கட்டிலில் இருந்தவாறே அவளை எட்டிப் பிடிக்க முயன்றான்; மரகதம் கூச்சத்தால் விலகியதும், அவளது

கைக்குப் பதிலாக அவளது சேலையின் முன்தானை தான் சுந்தரமூர்த்தியின் பிடிக்குச் சிக்கியது.

பிடித்த பிடியை விடாமல் பற்றி இழுத்தான் அவன்; மரகதம் வேறு வழியின்றிச் சேலை செல்லும் திக்கில் தானும் திரும்பி வந்தாள். பக்கத்தில் வந்தவுடன் சுந்தரமூர்த்தி அவளைப் பற்றி உட்காரச் சொன்னான். கூசிக் குறுகிக் குன்றிய மரகதம் வேறு வழியின்றி அவனருகே உட்கார்ந்தாள்.

சுந்தரமூர்த்தி மெதுவாக அவள் கையை எடுத்துத் தன் கையில் வைத்துக்கொண்டான்; அந்த மிருதுவான கன்னிக் கரங்களின் ஸ்பரிச சுகத்தில் அவன் உடல் புளகாங்கிதம் அடைந்தது. இத்தனை காலமாக மனசில் தலை தூக்கி நின்ற பிரமச்சரியம் அந்த ஸ்பரிச இன்பத்தில் கரைந்தோடி விட்டது. தூங்கிக் கிடந்த ஆண்மை தன் முறுக்கை யெல்லாம் காட்டி முறைத்துத் தொனித்தது.

பற்றிய கையை அழுத்திப் பிடித்தான் சுந்தரமூர்த்தி.

'மரகதம்,ஏன் பேசாம இருக்கே?'

பதிலில்லை. அவள் எதைப் பேசுவாள்? எப்படிப் பேசுவாள்? சுந்தரமூர்த்திக்கும் ஆண்மையின் உத்வேகத்தில் அசட்டுத்தனம் தெரியாமல் ஏதோ பேசினான்.

"சரி, உனக்குப் பசிக்கிறதா? ஏதாவது சாப்பிடேன்" என்று தட்டிலிருந்த பண்டத்தில் ஒன்றை எடுத்து அவள் வாயருகே கொண்டுபோனான். அவள் வாயை மூடியவாறே தலையை ஆட்டினாள்.

"சரி' என்று சொல்லிக்கொண்டே அதைத் தன் வாயில் போட்டுக் கொண்டான் சுந்தரமூர்த்தி.

சிறிதுநேரம் சுந்தரமூர்த்தி ஏதேதோ பேசிக் கொண்டே மரகதத்தின் உடம்பில் செல்லச் சரசங்கள் ஆடிக்கொண்டிருந்

தான். மரகதமும் கணத்துக்கு ஒரு கோணலாக உடம்பை தெளித்துக் கொடுத்துக்கொண்டு பேசாது இருந்தாள்.

குத்து விளக்குச் சுடர் எண்ணெய் சுவறி மெலிந்து வாட ஆரம்பித்தது; சிறிது நேரத்தில் திரி முழுவதும் விளக்கின் குளத்துக்குள்ளேயே எரிந்து கருகிச் சாம்பலாகி இருளில் அடங்கியது.

இருள் சூழ்ந்ததும், சுந்தரமூர்த்தி மரகதத்தை மெதுவாகத் தலையணையில் சாய்த்தான். கட்டிலுக்குக் கீழாகத் தொங்கிக் கிடந்த கால்களை மேலே எடுத்துவிட்டான். மறுகணம் சுந்தரமூர்த்தியின் முகத்தில் மரகதத்தின் சுடுமூச்சு உறைத்துக் கொண்டிருந்தது.

சுந்தரமூர்த்தி மரகதத்தின் கன்னங்களை இருட்டில் தடவித் தடம் கண்டு கொண்டிருந்தான். வெளியிலிருந்து ஓவென்று அழுகுரல் கேட்டது.

"மணி முழிச்சிட்டான் போலிருக்கு" என்று சொல்லிக் கொண்டே சுந்தரமூர்த்தி தலையைச் சாய்த்தான்.

ஆனால்......

வெளியில் அழுகைச் சத்தம் ஓயவேயில்லை. "ஙப்பா... ஙப்பா!" என்று மழலைக் குரலில் அழுது கொண்டே முனகினான் மணி.

"தூங்குடா கண்ணு. அப்பா வெளியே போயிருக்கு சித்தே நேரத்திலே வந்துரும்" என்று யரோ அவனைச் சமாதானப்படுத்தும் குரலும் கேட்டது. அது அக்காவின் குரல்தான்.

"ஙப்பா!.ஙப்பா..ங்..ங்..."

பையன் அழுகையை நிறுத்தவில்லை. அக்கா அவனை எடுக்கப் போனாள். ஆனால் அவனோ ஒரே ஆங்காரத்துடன் உறுமிக்கொண்டே அழ ஆரம்பித்தான்.

சுந்தரமூர்த்தி பிடியை விலக்கி எழுந்து உட்கார்ந்தான்.

'மரகதம்,விளக்கை ஏற்று.'

"ம்" என்று செல்லமாக முனகிக்கொண்டே மரகதம் கட்டிலை விட்டு இறங்கினாள். சிறிது நேரத்தில் செத்துப் போன குத்துவிளக்குச் சுடர் புனர்ஜென்மம் பெற்று மீண்டும் எரிய ஆரம்பித்தது...

"யாரு, சின்னவனா முழிச்சிருக்கான்?" என்று தூக்கம் கலைத்தெழுந்த பெண்ணின் குரல் உசாவிற்று.

"ஆமாமா, பெயலுக்கு அர்த்த சாமத்திலேயும் அப்பா ஞாபகம்தான்" என்றாள் அக்கா.

"அதென்ன பண்ணும்? இருந்தாலும், அது முரண்டுக்கு அப்பா வந்தாலொழிய அடங்க மாட்டானே!"

"அவனை எப்படிக் கூப்பிடறது. நல்லாயிருக்கா!"

"சரிதான்'' என்று முனகிவிட்டு மீண்டும் தூங்க முனைந்தது உசும்பிய குரல்.

குழந்தையோ விடாமல், மூச்சு வாங்காமல் "ம் ம்" மென்று முனகி முனகி அழுது கொண்டிருந்தது. இடையிடையே ஏக்கங் கலந்த விம்மலும் பொருமலும் ஓங்கித் தாழ்ந்தன.

சுந்தரமூர்த்தி ஒன்றும் பேசாமல் கட்டிலிலேயே உட்கார்ந்திருந்தான்.

ஒரு மணி. ஒன்றரை மணி.

அழுகை இன்னும் ஓயவில்லை. ஏங்கி ஏங்கி அழுது அழுது குழந்தையின் தொண்டைகூடக் கம்மிப் போய்விட்டது. அத்தனை அழுகையிலும் "ஙப்பா....ஙப்பா" என்று முனகல் முக்கல் எதுவும் குறையவில்லை.

சுந்தரமூர்த்தியால் வெகு நேரம் இருக்க முடியவில்லை. "இரு வரேன்" என்று சொல்லிக்கொண்டே மாடிக் கதவைத் திறந்துகொண்டு கீழே இறங்கினான். மாடிப் படியிலிருந்த வாறே "அக்கா, அவனை இப்படிக்கொண்டா" என்று கேட்டான்.

அக்காவும் "வலுத்த பெயல். ஓய்றானா பாரு" என்று கூறிக்கொண்டே குழந்தையைச் சுந்தரமூர்த்தியிடம் ஒப்படைத்தாள்.

சுந்தரமூர்த்தியின் தோளில் சாய்ந்ததுமே குழந்தைக்கு அழுகை நின்றுவிட்டது.

"பாரேன். இத்தனை அழுகையும் எங்கேதான் போச்சோ?" என்று அதிசயித்துக் கொண்டே அக்கா திரும்பி விட்டாள்.

சுந்தரமூர்த்தி மணியைத் தூக்கிக்கொண்டு மாடிக்கு வந்து சேர்ந்தான். சுந்தரமூர்த்தி வந்தவுடன் மரகதம் என்ன நினைத்தாளோ என்னவோ? "ரொம்ப அழுதானோ?" என்று பரிதாபத்துடன் கேட்டாள்.

"ஆமா" என்று பதிலளித்துவிட்டுக் கட்டிலில் உட்கார்ந்தான், சுந்தரமூர்த்தி.

குழந்தை அங்கு நின்ற அந்தப் புது மனுஷியைக் கண்டவுடன் மீண்டும் அழ ஆரம்பித்தது. சுந்தரமூர்த்தி "அழா தேடா கண்ணு" என்று சொல்லிக் கொண்டே தட்டில் இருந்த தின்பண்டங்களை எடுத்துக் குழந்தையின் வாயில் ஊட்டினான். குழந்தை மூக்கு வழியாக வடியும் சளியை உறிஞ்சிக் கொண்டே பட்சணங்களை மொக்க ஆரம் பித்தது.

"நீ ஏன் நிக்கிறே? வந்து படுத்துக்கோ" என்றான் சுந்தர மூர்த்தி.

மரகதம் வந்தாள்; உட்கார்ந்தாள்.

"படுத்துக்கோ."

மரகதம் படுத்துக் கொண்டாள்.

சுந்தரமூர்த்தி தின்பண்டத்தையும் பாலையும் குழந்தைக்கு. ஊட்டிவிட்டு, தனக்கும் மரகதத்துக்கும் இடையில் குழந்தையைப் போட்டுத் தட்டிக் கொடுத்தான். குழந்தை அழாவிட் டாலும் தூங்க மாட்டாமல் சாதித்தது. அவன் தட்டிக் கொடுப்பதை எப்போது நிறுத்தினாலும், அது உசும்பி எழும்பியது. எனவே சுந்தரமூர்த்தி தானும் குழந்தையின் பக்கத்தில் குழந்தையின் முதுகைத் தட்டிக் கொடுத்தவாறே கண்களை மூடினான்.

குத்து விளக்குச் சுடர் இன்னும் எரிந்து கொண்டிருந்தது.

மரகதம் கட்டிலோரத்தில் ஆடாமல் அசையாமல் படுத் திருந்தாள். தட்டிக் கொடுக்கும் ஓசையும், குழந்தையின் உசும்பலும் நின்றுவிட்டது என்று தெரிந்தவுடன் அவள் மெதுவாக எழுந்து சுந்தரமூர்த்தியின் முகத்தைக் குனிந்து பார்த்தாள். பிறகு நேராகக் குத்து விளக்கருகே சென்று அதைக் குளிர வைத்துவிட்டுத் திரும்பினாள்.

சுந்தரமூர்த்தி திடுக்கிட்டு விழித்தெழுந்தான். தான் எப்போது தூங்கிப் போனோம் என்பதே அவனுக்குத் தெரிய வில்லை. கழுத்தில் இளம் ஸ்பரிச சுகம் பட்டதும், அவன் "மரகதம்" என்று கூறிக் கொண்டே அந்தக் கையைப் பற்றினான். அது குழந்தையின் கை. மறுகணம் அவன் கை படுக்கையைத் துழாவியது.

மரகதத்தைக் காணவில்லை.

"மரகதம்" என்று மெதுவாகக் கூப்பிட்டுக் கொண்டே கீழே இறங்கினான். கீழ் வீட்டிலிருந்து கடிகாரம் ஐந்து மணி அடித்தது. எங்கோ ஒரு சேவல் கூவி ஓய்ந்தது.

வெளியே பார்த்த ஜன்னல் ஓரத்தில் மரகதம் படுத்திருந்தாள். விடி நிலவின் மங்கிய ஒளித் துண்டம் அவள் மீது அப்பிக் கிடந்தது. அவள் அயர்ந்து தூங்கிக்கொண்டிருந்தாள்.

"மரகதம்!"

சுந்தரமூர்த்தியின் கை பட்டதுமே அவள் திடுக்கிட்டு விழித்தாள்.

"இங்கே ஏன் படுத்தே? பனி விழுமே" என்றான் சுந்தரமூர்த்தி.

மரகதம் எழுந்து உட்கார்ந்து ஆடையை ஒழுங்கு செய்தாள்.

"சரி. பொழுது விடிஞ்சிட்டுது. நீ வேணுமானா, கீழே போ" என்றான்.

மரகதம் ஒன்றுமே பேசாமல் அங்கிருந்து எழுந்து அடி பெயரும் ஓசைகூடக் கேட்காமல் வாசலுக்குச் சென்றாள். திறந்து மூடிய கதவு முனகிக்கொண்டது மட்டுமே கேட்டது.

சுந்தரமூர்த்திக்கு மரகதம் இரண்டாவது மனைவி. அவனது முதல் மனைவியான சங்கரவடிவு சுமார் எட்டு மாச காலத்துக்கு முன்னால் காலமாகிவிட்டாள். அவள் இறந்தபோது சுந்தரமூர்த்தியின் செல்வச் சிரஞ்சீவிப் புத்திரப் பேறான மணிக்கு வயது ஒன்று முடிந்து ஒரு மாதம்.

சுந்தரமூர்த்திக்கு இப்போதும் வயசு ஒன்றும் அதிகமாகி விடவில்லை; அநேகமாக முதற் கல்யாணம் பண்ணிக் கொள்கிற வயசுதான். தாண்டவில்லை. என்றாலும் கடந்த முப்பதை இன்னும் மூன்றாண்டுக் காலமாக இன்னொரு முப்பது என்றாலும் அவன் பெற்றிருந்த அனுபவம் வருஷத்துக்குக் காணும்.

சங்கரவடிவு அப்படி ஒன்றும் அழகியில்லை.

அவளைச் சுந்தரமூர்த்தி மனம் விரும்பித்தான் கல்யாணம் செய்துகொண்டான். கல்யாணம் பண்ணிய முதல் வருஷம்- இடையிலே ஒரு மூன்று மாதக் கருச் சிதைவு ஏற்பட்ட போதிலும்கூட- அவர்கள் இருவருக்கும் மிகுந்த ஆனந்த மயமாய்த்தானிருந்தது. அவர்கள் இருவரும் ஒருவருக்கொருவர் சொர்க்கமாகத் தோன்றி ஆனந்தம்

பரிமாறிக் கொண்டிருந்தார்கள். அடுத்த வருஷ மத்தியில்தான் மணி பிறந்தான். ஆனால் பிறந்தபோது அவள் பிரசவத்திலேயே மிகவும் கஷ்டப் பட்டுப் போனாள். அப்போது நொம்பலப்பட்டுப் போன உடம்பு பின்னால் அவள் மரணமடையும் வரையிலும் கொஞ்சம்கூடத் தேறவில்லை. அதற்குக் காரணம், பிரசவம் கழிந்த சில மாதங்களிலேயே அவளுக்கு உள்ளுக்குள்ளாக எப்போதோ பற்றியிருந்த க்ஷயரோகம் ஆட்டம் காணத் தொடங்கிவிட்டது.

க்ஷயரோகம் என்றதுமே சுந்தரமூர்த்திக்குக் குலை நடுங்கியது. அந்த நோயிலிருந்து அவளை எப்படியாவது மீட்டாக வேண்டும் என்று அரும்பாடு பட்டான். அவனுக்குப் பண வசதியும் அப்படியொன்றும் கிடையாது. ஏதோ மாதா மாதம் சம்பளப் பணம் என்று ஆபீசில் எண்ணிக்கொடுப்பது அவன் குடும்ப நிர்வாகத்துக்குப் போதுமானது என்பதைத் தவிர, வேறு வகையில் அவனுக்கு எந்த பூஸ்திதியோ பிதிரார்ஜிதமோ கிடையாது. கல்யாணத்துக்குக்கூட, கடன் வாங்கித்தான் நடத்த வேண்டியிருந்தது. இருந்தபோதிலும் அவன் படாத பாடுபட்டு இருக்கிற நகைகளை ஒன்றிரண்டாக விற்று, இரண்டு மூன்று இடங்களில் கடனும் வாங்கிச் சங்கரவடிவின் உயிரை மீட்பதற்காக அரும்பாடுபட்டான்.

சுற்றுச் சூழக் கடன், வீட்டிலே கைக்குழந்தையைப் பார்க்கக்கூட ஆளில்லாத சங்கடம். ஆபீஸில் கெடுபிடி, நாளாக நாளாக வரவும் செலவும் ஒத்துப் போகாத இழுபறி - இத்தியாதி சங்கடங்களோடும், சுந்தரமூர்த்தி மனத்தைத் தளரவிடாது சங்கரவடிவின் வாழ்க்கை உத்தார ணத்துக்காக மன்றாடிக் கொண்டிருந்தான். ஆனால், அவன் முயற்சியெல்லாம் முடிவில் விழலுக்கிறைத்ததாகவே முடிந்தது.

சங்கரவடிவு ஒருநாள் இரவு அமைதியாகக் கண்களை மூடி விட்டாள்.

மனைவி இறந்தவுடன் அவனுக்கு அழக்கூடத் திராணியில்லை; மனசு அத்தனை தூரம் மரத்துப் போயிருந்தது. கடைசிக் காலத்தில் அவள் கஷ்டப்படாமல் போய் விட்டால் நல்லது என்றுகூடச் சில வேளை நினைத் திருந்தான். சங்கரவடிவு காலமானவுடன் அவனுக்கிருந்த மனநிலையில் எங்காவது தேசாந்திரியாகக்கூடப் போயிருப்பான்; ஆனால் காலில் கட்டிய தளை மாதிரி போனவள் ஒரு பிள்ளையையும் போட்டுவிட்டுப் போனது ஒன்றுதான் அவனை இந்த உலகோடு ஒட்ட வைத்திருந்தது.

மனைவி இறந்தவுடன் குழந்தையைப் பராமரிப்பதே அவனுக்குப் பெரும் சங்கடமாயிருந்தது. இருந்தாலும் வாழாவெட்டியாக இருக்கும் தன் ஒன்றுவிட்ட அக்காளின் உதவியினால், குழந்தையை ஓரளவு கவனித்துக் கொள்ள ஏற்பாடு செய்தான். சங்கரவடிவு இறந்தவுடனேயே அவனை இரண்டாம் கல்யாணம் செய்து கொள்ளும்படி அக்காவும் ஊரிலுள்ளவர்களும் வற்புறுத்தினர். என்றாலும் இல்லற வாழ்க்கையில் முதற்படியிலேயே ஊமையடி வாங்கி மரத்துப் போன அவன் உள்ளத்தில் இரண்டாம் கல்யாணத்தைப் பற்றிய எண்ணமே உதிக்கவில்லை. மேலும், காதலைப் பற்றிய சொப்பனக் கனவெல்லாம் சங்கரவடிவு படுக்கையில் சாய்ந்ததுமே அவனுக்கு அற்றுப் போய்விட்டது. வாழ்க்கையிலிருந்து அவன் பெற்ற அனுபவம் ஒரே கசப்பு. மீண்டும் அதே கசப்பை ருசிப்பதற்கு அவன் அஞ்சினான்.

என்றாலும், ஊராரின் வற்புறுத்தலும் அக்காவின் வற்புறுத்தலும் ஒருபுறமிருக்க, சுந்தரமூர்த்திக்குக் குழந்தையின் பொருட்டாவது இன்னொரு கல்யாணம் பண்ணிக் கொள்ளத்தான் நேருமோ என்ற சந்தேகமும் கொஞ்ச நாளாய்த் தோன்ற ஆரம்பித்தது. அத்துடன் அக்காவையும் புருஷனுடன் வாழ வைக்கச், சிலர் முயற்சிகள் செய்து வந்ததால், அவள் எந்த நேரத்தில் வீட்டைவிட்டுப் போவாள் என்பதும் நிச்சயமில்லை. எனவே இந்த மாதிரியான நிலையில் ஒருநாள் அவன் அக்காவிடம்

இரண்டாம் கல்யாணத்துக்குச் சம்மதம் தெரிவிக்கவே நேர்ந்தது.

அக்காதான் மரகதத்தைத் தேடிப் பிடித்துப் பெண் பேசினாள் கல்யாணமும் டாப்புச் சிறப்பு எதுவுமில்லாமல் ஆண்டவன் கோயில் சந்நிதியில் நாலு இன பந்துக்களுடன் சுருக்கமாக நடந்தேறியது.

மரகதமும் சுந்தரமூர்த்திக்கு முந்தி விரிக்கும் பத்தினியாகி, கிருஹலக்ஷ்மியாய் வீட்டுக்கு வந்தாள்; விளக்கேற்றினாள்.

குழந்தைக்கு அறிவு வளர்ந்து விநயம் தெரிந்து கொள்வதற்கு முன்பாகவே மரகதத்தைக் கட்டிக்கொள்ள விரும்பினான்; அதனால்தான் சங்கரவடிவு காலமாகி வருஷம் கழிவதற்கு முன்பே அவன் மஞ்சள் கயிற்றைக் கையால் தொட்டான் என்றாலும் அவனைப் பொறுத்த வரை சங்கரவடிவு படுக்கையில் விழுந்த அன்றே அவள் இறந்தது மாதிரிதான் இப்போது பட்டது. காரணம், அந்த ஒரு வருஷ காலத்தில் அவன் பட்டபாடு இன்னும் பிரத்தியட்சப் பிண்டமாகக் கண் முன் நிற்பதுபோலத் தோன்றினாலும் எத்தனையோ யுகக்கணக்காய் அனுபவித்த வேதனையாகத் தான் தெரிந்தது.

என்றாலும் மரகதத்தைக் கைபிடித்தபோது அவன் மனசில் எத்தனையோ சந்தேகங்கள் அலைக்கழிந்து கொண்டிருந்தன.

குழந்தைக்காகத்தான் நான் மணந்துகொள்கிறேன்.

என்றாலும் மரகதம் குழந்தையை எப்படிக் கவனிப்பாளோ? என்ன இருந்தாலும் பெற்ற தாய்க்கு வருமா? குழந்தையைச் சரியாகக் கவனிக்காவிட்டால்...?

"இல்லறத்திலேயே பிடிப்பற்றுப் போனபின் மீண்டும் மணந்து கொள்கிறேன். குழந்தையின் நன்மை என்று கூறி, கட்டிய மனைவியின் நன்மையை நான் மறந்து விட முடியுமா? அவளும் சின்னஞ் சிறிசு. என்னென்னவோ இன்பக் கனவுகளோடுதான் என் வீட்டுக்கு வருகிறாள். அந்தக்

கனவுகள் என்னால் பாழடைந்துவிடக்கூடாது. ஆனால் அந்த ஆசைக் கனவுகளுக்கு இந்தக் குழந்தையே முட்டுக் கட்டையானால்......?

"அப்படியானால் நான் மரகதத்திடம் திருப்திகரமாக நடந்தால்தான் அவளும் குழந்தையிடம் திருப்திகரமாக நடந்து கொள்வாள். அப்படியானால் தான் நான் என் குழந்தைக்கும் மனைவிக்கும் துரோகம் இழைக்காமல் வாழ முடியும்."

சுந்தரமூர்த்தியின் மனசில் இப்படி என்னவெல்லாமோ தோன்றித்தோன்றி மறைந்தன.

ஆனால் அவன் தன் புது மனைவியைச் சந்தித்த அன்றிரவி லேயே, அந்த முதல் சந்திப்பிலேயே குழந்தை குறுக்கிட்டு, அந்தச் சந்திப்பின் இங்கிதத்தைப் பாழ்படுத்தி விட்டது.

அதன் பின் அவர்கள் சந்திக்காமல் போகவில்லை. சந்தித்தார்கள். குழந்தை குறுக்கிடாமலும் இருந்ததுண்டு. எனினும் அவன் நெஞ்சில் ஒரு பயம். ஆனந்த மயமான கனவுகளை எதிர் நோக்கித்தான் மரகதம் அந்த முதல்நாள் இரவு தலை சாய்த்திருப்பாள்.எத்தனையோ வருஷ காலமாக, எட்டாத இன்பக் கனவாக அவள் மனசில் தங்கித் தவம் கிடந்த அன்றைய இரவு அப்படிப் பாழ்பட்டுவிட்டதே. அதனால் அவள் மனம் புண்ணடைந்திருக்குமோ? அதனால் அவளுக்கு குழைந்தைமீது வெறுப்பேறப்பட்டிருக்குமோ? இந்தக் குழந்தையினால், வயது மீறாத கணவனை அடையவில்லை யென்றாலும், இரண்டாம் தாரமாக வாழ்க்கைப்பட்டோமே என்று அவள் எண்ணுவாளோ? அதனால் அவள் மன முடைந்து போவாளோ?

சுந்தரமூர்த்திக்கு அந்த ஒருநாள் இரவு அனுபவத்தின் மீது பற்பலவிதமான எண்ணங்களும் உண்டாகிக்கொண்டே யிருந்தன.

மரகதம் இப்போது தனியாகத்தான் இருக்கிறாள். அக்காகூட ஊருக்குப் போய்விட்டாள். இப்போது அவள் குழந்தையை எப்படிக் கவனிக்கிறாள்?

சுந்தரமூர்த்தி அதையும் கவனிக்கத்தான் செய்தான்; என்றாலும் அதிலிருந்து அவனால் எதுவும் நிர்ணயிக்க முடியவில்லை. எனவே அவன் மரகதத்தின் ஒவ்வொரு அசைவையும்கூட அளவிட்டுக் கொண்டிருந்தான்.

ஆனால் மரகதமோ?-

மரகதம் தன்னைத் தானே அளவிட்டுக்கொண்டிருந்தாள்.

இரண்டாம் தாரமாய் வாழ்க்கைப்படப் போகிறோம் என்பதை மரகதம் அறிந்தபோதிலேயே அவள் அதைப்பற்றி எந்தவிதக் கவலையும் படவில்லை. கட்டப்போகும் வழக்கமாக இருக்கும் இரண்டாம் கலியாண மாப்பிள்ளையான கிழவனாக இராமல் வயசு மாப்பிள்ளையாக இருந்ததொன்றே அவளுக்குச் சமாதானம் தந்தது. குழந்தையுள்ள தகப்பனா யிற்றே என்றாவது, இறந்துபோன மனைவியை எண்ணி மறுகுவாரோ என்றாவது அவள் எண்ணிப் பார்க்க வில்லை.

ஆனால், சுந்தரமூர்த்தி நினைத்ததுபோல், மரகதத்துக்கு முதல் ஏமாற்றம் முதல் இரவின்போது நிகழவில்லை. அதற்கு முன்பே நிகழ்ந்துவிட்டது.

மரகதத்தைப் பெண் அழைத்துக்கொண்டு வந்து உள் வீட்டில் விளக்கு முன்னால் வைத்திருந்தார்கள். தலையிலே கொத்துப் பூ; கழுத்து நிறைந்த நகைகள். முகத்திலே புது மணப் பெண்ணின் மோஹனம்; நாணம்.........

குனிந்த தலை நிமிராமல் அந்தப் புது வீட்டில் உட்கார்ந்திருந்தாள் மரகதம். அப்போது சுந்தரமூர்த்தியின் பிள்ளை மணி தளர் நடை நடந்து அங்கு வந்தான்; உடனே அக்கா அவனைத் தூக்கி மரகதத்தின் மடியில் விட்டு, "இந்தா

பாருடா இதுதான் அம்மா?" அறிமுகப்படுத்தினாள். குழந்தை அவளை ஒருமுறை 'குர்' என்று பார்த்துவிட்டு, அக்காவிடம் பாய்ந்து ஒட்டிக் கொண்டது.

அதற்குள் பக்கத்திலிருந்த பாட்டி தான் "பெத்த அம்மா அம்மாவா? இவளும் அம்மாதான்!" என்று சொன்னாள்.

மரகதத்துக்கு அப்போதே சுருக்கென்றது, கல்யாணம் பண்ணி, புருஷனோடு இன்பமாக இருக்கலாம் என்று தான் வந்தாள். ஆனால் தாலி கழுத்தில் ஏறு முன்பே தனக்கு 'அம்மாப்' பட்டமா? மடியில் குழந்தையா? அதற்குள் நான் தாயாராகி விட்டேனா?......

அவளுக்கு அந்தப் பொழுதில்தான் நெஞ்சம் திடுக்கிட்டு விட்டது. என்றாலும் அதனால் அவள் மனங்கலங்கி அழுது விடவில்லை. அதன்பின் மணவறையில் நிகழ்ச்சியின் போது கூட, அவளுக்குக் கண்ணீர் வரவில்லை.

ஆனால், அந்த நிகழ்ச்சியால் சுந்தரமூர்த்தி எதிர்பார்த்தது போல் அவன் மனசில் கசப்புணர்ச்சி எதுவும் ஏற்பட்டு விடவில்லை. அவளுக்கு ஏமாற்றம்தான் ஏற்பட்டது. காதலை எதிர்பார்த்துத்தான் அவள் கல்யாணம் செய்து கொண்டாள். என்றாலும் காதலுக்கு அடிப்படையான தாய்மை உணர்ச்சி அவளிடம் தலை தூக்காவிட்டாலும் மக்கிப் போகவில்லை. எனவே அவள் அந்தக் குழந்தையைக் கண்டு பரிதாபம்தான் பட்டாள்.

இருந்தாலும், சுந்தரமூர்த்திக்கு அவள் மனசை அளந்து எடைபோட்டுவிட முடியவில்லை. திகைத்தான். குழந்தையோ இத்தனை நாள் பழகியும் தன்னிடம்தான் பாய்ந்து வருகிறதே ஒழிய, அவளிடம் போக மாட்டேன் என்றது. அதனால், அவள் அதனிடம் பிரியமாயில்லை என்று நிர்ணயித்து விடலாமா?...

மரகதமோ அந்தத் தாயில்லாக் குழந்தை மீது பரிதாபப் பட்டாள்.

நானும் நாளை தாயாகிவிடக் கூடும். அப்போது என் குழந்தையையும் கவனிக்கத்தானே வேண்டும். அன்று "தலைப் பிள்ளை ஆண் பிள்ளையாகப் பிறக்கட்டும்" என்று அத்தை ஆசீர்வதித்தாளே. எனவே இப்போது பிள்ளையில்லை யென்றால், எப்படியோ ஒரு வருஷத்திலோ இரண்டு வருஷத்திலோ எனக்குப் பிள்ளை பிறக்கத்தானே போகிறது! அந்தப் பிள்ளையை உதறித்தள்ள முடியுமா?

“ஆனால், கலியாணம் ஆன அன்றே குழந்தையா? கட்டிய புருஷனுடன் பழகி நாலு வார்த்தை கூச்சமில்லாமல் பேசுவதற்குள்ளேயா குழந்தை? முதல் இரவின் சந்திப்பி லேயே குழந்தையின் கூக்குரலா?"

"ஆனால், அது என்ன செய்யும்? அது அறியாத குழந்தை, அப்பாவைப் பிரிந்து இருக்கச் சகிக்காத குழந்தை. அப்பாவை நான் பிரித்துக்கொண்டு போய்விட்டேன் என்று அது அழுத்தா? அதற்கில்லாத உரிமை எனக்கு ஏது? நான் நேற்று வந்தவள். அது அவரின் பிரதிபிம்பம்; ஜீவப் பகுதி. எனவே அதைப் பகையாடுவதற்கு நான் யார்? எனக்காக அவர் என்னை மணந்துகொண்டாரா? இல்லை அவருக்காகவா? பார்க்கப் போனால், இந்தக் குழந்தைக்காகத்தானே அவர் என்னை மணந்துகொண்டார்?......."

மரகதம் தன் மனசுக்குள்ளாக எத்தனையோ எண்ணினாள்; அவள் கண்ட முடிவெல்லாம் குழந்தையின் அன்பை முதலில் வென்றால்தான், பின்னர் கணவனின் அன்பை வெல்ல முடியும் என்பதுதான்.

ஆனால் சுந்தரமூர்த்தியோ மனைவியின் அன்பை வென்றால் தான் குழந்தையின் அன்பை அவள் வெல்லுவாள் என்றுதான் கருதினான்.

இருந்தாலும் இருவரும் ஒருவரையொருவர் பல காலமாக அறிந்துகொள்ளவில்லை.

அன்று சுந்தரமூர்த்தி இரவு ஒன்பது மணிக்குமேல் தான் வீட்டுக்கு வந்தான்; எங்கேயோ சினிமா பார்த்து விட்டு, வரும்போது மரகதத்துக்குப் பூவும், மணிக்கு மிட்டாயும் வாங்கிக்கொண்டு வந்தான்.

வீட்டுக்குள் நுழைந்ததுமே "ஏன் இத்தனை நேரம்?" என்று கரிசனையோடு விசாரித்தாள் மரகதம்.

"ஏன், மணி தேடினானோ?"

"இல்லை, நான் தான் தேடினேன்."

"அவன் தூங்கிவிட்டானா?"

"நல்லாத் தூங்கினான். கொட்டுக் கொட்டென்று விழித்துக் கொண்டிருக்கிறான்" என்று கூறிக்கொண்டு வீட்டுக்குள் சென்று மணியைக் கையில் தூக்கிக் கொண்டு வந்தாள் மரகதம்.

"இந்தா பாருடா அப்பா, போ" என்று காட்டினாள்.

சுந்தரமூர்த்தி கைகளை நீட்டினான். மணி அவனிடம் போக மறுத்துவிட்டு, மரகதத்தைப் பார்த்து "இம்பா இம்பா" என்று ஏதோ சொன்னான்.

"வர மாட்டாயா?"

"ம்பா-ம்பா."

"அவனுக்குப் பால் வேணுமாம், அதான் அப்படி!"

"அடேடே! அவன் பாஷையை நீ கூடக் கத்துக் கிட்டியா?"

"பின்னே?"

சுந்தரமூர்த்தி உள்ளே சென்று படுக்கையில் அமர்ந்தான். அவன் மனசில் வெளியிலிருந்து வரும்போதே சரச எண்ணங்கள் தான் தலைதூக்கி நின்றன. எனவேதான் அவன்

மரகதத்துக்குப் பூ கூட வாங்கி வந்திருந்தான். எனவே அவன் விளக்கை இறக்கி வைத்துவிட்டு மரகதத்தின் வரவுக்காகக் காத்துக்கொண்டிருந்தான்.

ஆனால் மரகதமோ கூடத்தில் உட்கார்ந்து குழந்தையை உறங்கப் பண்ணிக் கொண்டிருந்தாள்; ஆனால் குழந்தையோ உறங்கமாட்டாமல் அடம் பிடித்துக்கொண்டிருந்தான்.

சுந்தரமூர்த்தியால் அதுவரை தாங்க முடியவில்லை.

"மரகதம், தூக்கம் வரல்லே? வாயேன்."

"எனக்கு வந்தால் போதுமா? மணிக்கு-"

சுந்தரமூர்த்தி பதிலே பேசவில்லை. அன்று மணி தன்னிடம் வராததைக் கண்டே அவனுக்கு மரகதத்தின்மீது நம்பிக்கை ஏற்பட்டது. குழந்தையை அவள் நேசிக்கிறாள் என்று பட்டது.

'ஒரு மட்டும் என் எண்ணம் பாழடையாமல் போயிற்று!'

சுந்தரமூர்த்தி ஏதேதோ எண்ணிக் கொண்டு படுத்துக் கிடந்தான். வெளியில் கூடத்தில் மரகதம் ஏதோ தாலாட்டுப் பாட்டைப் பாடிக்கொண்டே மணியை உறங்கப் பண்ணிக் கொண்டிருந்தாள்.

அந்தத் தாலாட்டு மணியை மட்டும் உறங்க வைக்க வில்லை; சுந்தரமூர்த்தியையும் நிம்மதியோடு உறங்க வைத்தது.

-1950

திரிசங்கு சொர்க்கம்

அந்தி மயங்கி வெகு நேரம் ஆகவில்லை. என்றாலும் அடி வானமும் கடல் மட்டமும் ஒன்றோடொன்று முயங்கி, இனந்தெரியாமல் கலந்துவிட்டன. இளவேனிற் காலம். எனவே, வானத்தில் மேகக் கறை இல்லை. நிர்மலமான வான மண்டலத்தில் நட்சத்திரங்கள் பொட்டுப் பொட்டாய்ப் பூத்திருந்தன. கடற்காற்று பரபரத்துச் சவுக்குமரத்தோப்பில் சீட்டியடித்து வீசிற்று.

நிர்மலா வேண்டுமென்று தான் கடற்கரைக்கே வந்திருந்தாள். தன் சரீரத்தில் இனந்தெரியாது உறுத்தும் அந்தப் புரியாத நச்சரிப்புக்கு மாலை மயக்கமும், சீதம் புரையோடிய கடற்காற்றும் ஹிதம் தரக் கூடும் என்று நம்பித்தான் வந்தாள். ஆனால், கடற்காற்று அவளுக்கு எதிர்பார்த்த ஹிதசுகத்தைத் தரவில்லை. அவளது அங்க அவயவங்களில் தட்டு மறித்துப் புகுந்து விளையாடும் அந்தக் காற்று ஹிதம் தருவதற்குப் பதிலாக மயிர்க்காலெல்லாம் கூசிச் சிணுங்கும் புல்லரிப்பைத்தான் தந்தது. அவள் சேலையை இழுத்து மூடி உடம்பைப் போர்த்திக் கொண்டாள். காற்றின் பரபரப்பில் வரிசை குலைந்த மயிர்ச் சுருள்கள் கன்னத்திலும் காதிலும் தொட்டசைந்து புரள்வது இன்பக் கிளுகிளுப்பை உண்டாக்கியது.

உடம்பின் ஒவ்வொரு அணுவிலும், விஷ வேகம் கொண்ட ஜீவரசம் ஓடிப் பாய்வது போன்ற உணர்ச்சி; சில்லிட்ட உணர்ச்சி.

இந்தச் சுக வேதனை அவளுக்குப் பிடிக்கவில்லை. என்றாலும், அவள் எழுந்திருக்கவில்லை. மனம் நிமிர்ந்தாலும் உடல் நிமிரவில்லை. மல்லாந்து படுத்து உடம்பைத் தளர்த்தி உயர்ந்து கிடக்கவேண்டும் என்ற சிறு ஆசை. இருந்தாலும், அந்தரங்கம் சிறிதுமில்லாத அந்த வெட்ட வெளியில்

அப்படிப் படுக்க அவள் மனம் இசையவில்லை. எனவே மணலில் ஒருச்சாய்ந்து படுத்துக் கையில் தலையைத் தாங்கி யோக நித்திரை புரிந்தாள். உடலின் கன அழுத்தத்துக்குத் தக்கவாறு நெளிந்து குழைந்து கொடுக்கும் அந்த மணற் படுக்கை அவளது உடம்பின் துடிதுடிப்பைச் சமனப்படுத்தும் துணைபோல ஒட்டிப் படுத்திருந்தது.

படுத்தவாறே அவள் கடலின் பசைபிடித்த இருளையும், அதில் வகிடு பாய்ந்து தாவும் அலைத்திரளையும் பார்த்தாள். அந்தப் பார்வையில் கண்கள் மட்டுமே பதிந்தன. அர்த்த மற்ற பார்வை; பிறந்த குழந்தையின் பேதைமை நிறைந்த பார்வை.

மணலைக் கையால் அள்ளிக் குவித்து அளைந்து கொண்டிருந்த அவளது மனம் கோவையற்ற தெளிவற்ற பல நினைவுக் கண்ணிகளை அவிழ்க்க முடியாமல் சுற்றிச் சுற்றி அலைக்கழிந்தது. தன் வாழ்விலும் உடம்பிலும் சில மாத காலமாக ஏற்பட்டிருக்கும் சலனத்தை அவள் உணராம லில்லை. என்றாலும், அதன் காரண காரியத்தைத் தெளிந்து விடை காணமுடியவில்லை. கடந்த பதினைந்து ஆண்டுகளில் தேய்ந்து உருவற்றுப் போனதாக அவள் கருதிவந்த அந்தச் சரீர வாதை மீண்டும் தலை தூக்குகிறதோ என்று ஒரு சந்தேகம்.

"இருந்தாலும் இந்த வயதிலா?" இதுதான் அவளுக்கு விளங்காத புதிர்.

நிர்மலா யுவதியல்ல. அந்தப் பருவம் எப்போதோ கழிந்துவிட்டது. இப்போது அவள்...அந்தப் பருவத்தை எப்படிச் சொல்வது? இலக்கண ரீதியாகச் சொன்னால், அவள் தெரிவைப் பருவத்திலிருந்து பேரிளம் பெண் பருவத்துக்கு மாறிவரும் பெண் ராசி.

பேதைப் பருவம் கழிந்து பெண்மையின் வரப்பிரசாதமான தாய்மைக்குப் பக்குவமாகும் அந்த வாலை வயதில் அவள் இதே மாதிரியான ஆத்ம நிராசைக்கும், உடற் பார உணர்ச்சிக்கும் ஆளாகியிருக்கிறாள். ஆனால் இப்போது அவள் மனசிலுள்ள வேதனை பரிபூரண நிராசையல்ல. ஒரு

வேளை அது ஆசையின் கறைதானா? ஆனால், இந்த வயதில் அந்த மாதிரியான வேதனை உண்டாவானேன்? மலரும் போதும் வேதனை. கூம்பும்போதும் வேதனையா? தாய்மைக் குணம் தன்னுடம்பை விட்டுச் சில காலமாகக் கரைந்தோடி இற்று வருவதுதான் காரணமா? அல்லது தான் அதுவரை கன்னிமை அழியாமல் தாய்மைக்கு அடிமையாகாமல் அந்தப் பருவத்துக்குத் துரோகமிழைத்த காரணமா?

இதைத்தான் அவளால் புரிய முடியவில்லை. அவளும் ஒரே ஒரு தடவையேனும் அனுராக சுகவேதனையை அனு பவித்திருந்தால், வயிற்றில் பாரமேற்று அறிந்திருந்தால் இந்தப் புதிர் அவளுக்கு லகுவில் விளங்கியிருக்கக் கூடும். ஆனால், அவளோ இந்த முப்பத்து ஏழாவது வயதிலும் ஒரு கன்னி! எனவே, அந்த நிலைமை உபாதையாக இருந்தது. இருந்தாலும், நமைச்சல் தரும் புண்ணிலிருந்து ரத்தம் கொட்டும்போது ஒரு சுக நிவர்த்தி இருக்குமே, அதுபோன்ற ஒரு உணர்ச்சி அவளுக்கு அவ்வப்போது ஏற்படும். முன்னெல் லாம் அந்த உணர்ச்சி ஏற்படும்போது, அவள் அதை எதிர்த்துப் போராடுவாள்; வெற்றியும் காண்பாள். இன்றோ போராடவே சக்தியில்லை. அது மட்டுமல்ல; அந்த உணர்ச்சி ஓட்டத்தை எதிர்த்து நீந்த முடியாமல் அதன் போக்கிலேயே மிதந்து செல்வதில் சுகம் இருப்பதாக ஒரு திருப்தி. அவள் அந்தச் சுகத்தை உதறித் தள்ளவில்லை. இருந்தாலும் வைராக்கிய சித்தம் இருக்கிறதே. அது அவளைக் கரை யேறச் சொல்விற்று.

எனவே புதிருக்கு அவள் விடை தேடினாள். இருந்தாலும், முடிவு காணவில்லை. அது அவளால் முடியாது. வேறு வழியின்றித் தன் சிநேகிதி கமலாவை நாடிச் சென்றாள்.

கமலா ஒரு லேடி டாக்டர். அவளுக்கு நிர்மலாவை ஆதிமுதல் தெரியும்; அதாவது, அவள் மனசின் பாவோட்டத்தின் அலைக்கழிப்பைத் தெரியும். நிர்மலாவின் வைராக்கிய சங்கடத்தால் ஏற்படும் தொல்லைகளுக்கு அவள்தான் வைத்தியம் செய்தாள். ஆலோசனையும் கூறினாள். என்றாலும், நிர்மலா தன் வைராக்கிய சபதத்தில் வெற்றி

கண்டு விட்டதாகக்கூட, அவள் கருதினாள். அதனால் நிர்மலா தன் உதவியை நாடி வந்தது அவளுக்கு ஆச்சரியத்தைத்தான் தந்தது.

கமலாவுக்கு நிர்மலாவின் 'நோயை'ப் புரிந்துகொள்ளச் சிரமமேற்படவில்லை.

"நிர்மலா, இந்த வைராக்கியத்தை இப்போதாவது தளர்த்தக் கூடாதா?" என்றாள் கமலா.

"தளர்த்துகிறதா? இந்த வயதிலா?"

இந்தப் பதிலே புதிது. அந்தப் பேச்சை எடுத்தாலே வெட்டி முறித்துப் பேசும் நிர்மலாவா இப்படி? கமலாவுக்கு உண்மை லேசாகப் புலப்படுவது மாதிரித் தோன்றிற்று.

"நிர்மலா, நான் சொல்கிறேன் என்று கோபிக்காதே. உடம்பு நனையாமல் நீந்த முடியுமா? பின் ஏன் நீந்தும்போது உடம்பே நனையவில்லை என்று எண்ணி உன்னையே ஏமாற்றிக் கொள்கிறாய்?" என்று கேட்டாள் கமலா.

"நீ என்ன சொல்கிறாய்?" என்று புரியாமல் கேட்டாள் நிர்மலா

"புரியவில்லையா? இரும்பு வைராக்கியம் வளைந்து கொடுக்கும்; உருக்கோ ஒடிந்துவிடும். நிர்மலா! உன் வைராக்கியம் இரும்பல்ல; உருக்கு1" என்றாள் அந்த லேடி டாக்டர்.

நிர்மலா பதில் சொல்லவில்லை, அவளுக்கும் அதுதான் சந்தேகம். தன் வைராக்கியம் இரும்பா, உருக்கா?

கமலா மீண்டும் பேசினாள்: "நிர்மலா, உன் நோய்க்கு மருந்தே கிடையாது. சில நோய்களுக்கு அதன் விஷமே தான் மருந்து,நீ பேசாமல் கல்யாணம் பண்ணிக்கொள்!"

"உனக்கு வேறு பேச்சில்லை" என்றாள் நிர்மலா. ஆனால் பேச்சில் பழைய வைரமில்லை. தளர்வு தலை காட்டிற்று.

அந்தத் தளர்வு இதழ்க் கோணப் புன்சிரிப்பில் தன்னைத்தானே காட்டிக் கொடுத்தது...

கடற்காற்றின் லயத்தில் சொக்கிக்கிடந்த நிர்மலாவுக்குக் கமலாவின் பேச்சு நினைவில் உறுத்தியது. அவள் சொல்வது போல் செய்வதா அல்லது...? அவள் மனம் ஊசலாடியது. ஊசலாடும்போது தலை கிறுகிறுத்தாலும் இன்பம் இருக் கிறது. நிர்மலா அந்த இன்பத்தில் கிறுகிறுத்துக் கொண் டிருந்தாள்.

கடற் காற்று இருளின் அமைதியிலே நடுச்சாம நாய் போல் காரண காரியம் தெரியாமல் ஓயாது குரைத்துக் கொண்டிருந்தது.

2

நிர்மலா அந்தக் கல்லூரிக்கு ஆங்கில போதகாசிரியராக வேலை ஒப்புக்கொண்டு அதிக நாள் ஆகவில்லை. இதற்கு முன்பெல்லாம் அவள் பெண்கள் கல்லூரியில் தான் வேலை பார்த்திருக்கிறாள். இந்தக் கல்லூரியிலும் பெண்கள் இருந் தார்கள். கடலில் காயம் உரைத்த மாதிரி சொல்லுக்கு இருந்தார்கள். ஆரம்பக் காலத்தில் அவள் ஒரு ஆண்கள் கல்லூரியில் வேலை ஒப்புக்கொண்டாள். அந்த அனுபவம் அவள் நெஞ்சை விட்டு இன்னும் மறையவில்லை. அப்போது அவள் நல்ல யுவதி. மாணவர்களும் அவளுக்குச் சம வயதானவர்கள். அவர்கள் மத்தியில் பழகுவதற்கே கூச்சம்.

அவள் எது நேர்ந்துவிடக் கூடாது என்று பயந்தாளோ, அதுவே நேர இருந்தது. ஒரு வாலிப ஆசிரியரே அவளிடம் ஒருமாதிரியாக நடக்கத் தலைப்பட்டார். அவளும் கூடத் தடுமாறியிருக்கக் கூடும். ஆனால் தப்பித்துவிட்டாள். வேலையை ராஜிநாமாச் செய்தாள். அதன் பின்னர் ஆண்கள் கல்லூரியில் 'சான்ஸ்' கிடைத்தாலும், வேலை ஒப்புக்கொள்ள வில்லை.

ஆனால் இது ஒன்று மட்டும் சோதனையல்ல. அவள் வாழ்க்கையில் பல சோதனைகள். அவள் வாழ்க்கையே ஒரு சோதனைதான். அந்தச் சோதனையினால் அவள் உள்ளம் வைரம் பாய்ந்தது. ஆனால், இப்போது அவள் இந்தக் கல்லூரியில் வேலை ஒப்புக்கொண்டது சோதனையில் வெற்றி பெற்றுவிட்டோம் என்ற தைரிய உணர்ச்சியாலல்ல; அந்த மாதிரிச் சோதனைக்கு இடம் தரும் பருவம் கடந்துவிட்டது என்ற தைரியம். வாஸ்தவம். இன்று வேறு யாரும் அவளைச் சோதிக்கவில்லை.

ஆனால் அவளே அவளைச் சோதித்துக் கொண்டிருந்தாள். கல்லூரி மாணவர்களுக்கு அவளைப் பற்றி அத்தனை அக்கறையில்லை. அதாவது ஒரு ஆண் மகனின் கர்மசிரத்தை இல்லை. அவள் ஒரு 'மிஸிஸ்'ஸா என்பது கூடப் பலருக்குத் தெரியாது. இருந்தாலும் அவளைப் பற்றி அவர்கள் பேசுவார்கள். அது வெறும் பேச்சு. வேறு மாதிரி யான பேச்சு.

நிர்மலா கன்னிதான். புதுப் பாத்திரமானாலும், விடுகிறதல்லவா? உபயோகிக்காவிட்டால் களிம்பேறி அது மாதிரி அவள் சரீரம் மினுமினுப்பு இழந்து, மாலைச் சந்தைக்கு வரும் காய்கறிபோல வாட்டம் கண்டிருந்தது. ஒடிசலான உடம்பு. எந்தத் திசையிலிருந்து பார்த்தாலும் தேகக்கட்டு கண்ணை இழுக்காது. முகத்திலே களை இருக்கும். இருந்தாலும் சோகை பிடித்தது போன்ற பசப்புக் கவர்ச்சி. இந்தப் பசப்பை மறைக்க அவள் எந்த நவநாகரிக அலங்கார சாதனங்களையும் நாடவில்லை. அதற்குத் தேவையு மில்லை.

இதனால், மாணவர்கள் புரொபஸர் நிர்மலாவுக்கு ஒரு வேளை டி.பி.யாயிருக்குமோ? 'ஆளைப் பார்த்தால்' என்று பேசிக் கொண்டார்கள். டி.பி. தன் குணத்தை வெளிக் காட்டாமல் வளர்வதில்லையே. அவளுக்கு டி.பி. அல்ல; அது கான்சர். ஆம். கான்சர்தானே வெளிக்குத் தெரியாமல் வளர்ந்து எரிமலைபோல வெடிக்கும் நோய்! அவள் மனசில் கிடந்து உறுத்தும் அந்தக் கவலை... அந்தக் கான்சர்!

அது ஒரு தனிக் கதை.

3

அப்போது அவள் பருவ கால யுவதி. ஆண்மையுள்ள எவனும் ஒரு கணம் வெறித்துப் பார்க்கும் தளதளக்கும் தேகக் கட்டு. முகத்திலே சட்டை உரித்த பாம்பைப்போல் மோகனக் கவர்ச்சி; அந்தக் கண்களும் பாம்புக் கண்கள். யாரும் அதை எதிர்த்து ஐந்து நிமிஷம் பார்க்க முடியாது. பொதுவாகச் சொன்னால் அவள் அழகி; நல்ல அழகி.

அந்த இளமைக் காலத்தில், அவள் வாழ்வையே சோதனை யாக்கிவிட்ட அந்த நாடகம்.

சீதாராமன் --- அவன் ஒரு இளங் கவி. வாலிபப் பருவத்தின் கனவுகளையும்,சொர்க்க மண்டல சொப்பன அவஸ்தைகளையும் சொல்லில் வடித்திறக்கும் கவி. அவன் கவிகளெல்லாம் பாக்தாத் காலிபாவின் அந்தப்புரத்தின் கஜல் களைப்போல், அத்தர் மணத்தைப் போல் ஒரு போதை தரும்.

சந்தர்ப்பவசமாகச் சீதாராமனுக்கும், நிர்மலாவுக்கும் பரிச்சயம் ஏற்பட்டது. அவன் கவி; அவள் கவிப் பைத்தியம். கேட்பானேன்? சீதாராமன் பாடிக் காட்டும் கவிகளில் நட்சத்திரங்கள் உதிர்ந்தன! புறாக் கூட்டம் சிறகடித்தன! அந்தி நேர மந்தாரை கட்டவிழ்ந்தன!-- எல்லாம் அவள் ரசனை முறைகள். அவள் அந்தக் கவிகளை எப்படி யெல்லாமோ ரசித்தாள். சொல்லப் போனால், கவிதையைக் கொண்டு சீதாராமன் நிர்மலாவை அடிமை கொண்டான். கவியைக் கண்டு நிர்மலாவும் சீதாராமனை விரும்பினாள். அவளுக்கு அவனே துஷ்யந்தன். அவனே சந்திரா பீடன். அவனே கசன்; அவனே ரோமியோ; அவனே அந்தொனி!..

ஆனால், சீதாராமன் அவளிடம் மனிதனாக நடந்து கொள்ளவில்லை. கவியாகத்தான் நடந்து கொண்டான். அது இளமையின் கோலம். அவன் கவி; தென்றலையும் தேனையும், குயிலையும் மயிலையும் அவளிடம் கண்டான்.

அவள் கன்னி மையை அவன் குலைக்க விரும்பவில்லை. அதனால், காதல், அதாவது எட்டி நின்று விளையாடும் லட்சியக் காதல் என்ற சொப்பன சொர்க்கத்தில் இருவரும் முயங்கிக் கிடந்தனர்.

காலம் வளர்ந்தது. சீதாராமன் மனிதனானான். சரீர உணர்ச்சி மேலோங்கியது. நிர்மலாவின் கன்னிமையைக் களவாட விரும்பினான். நிர்மலா தன் புனிதத்துவத்தைக் குலைக்க விரும்பவில்லை. ஆனால், மந்திர கோஷங்களோடு தன் கன்னிமையை ஒப்படைத்து, மாங்கல்ய பலத்தில் அந்தப் புனிதத்துவத்தைக் கொண்டு செலுத்த நினைத்தாள். அதற்குச் சீதாராமன் தயாரில்லை.

எனவே இரு துருவங்களும் வெவ்வேறு திசையிலே திரும்பின. சீதாராமன் வேறொருத்தியை மணந்தான்.

நிர்மாலா தன் சந்திராபீடனை, தன் துஷ்யந்தனை, தன் கசனை...இழந்து வேறொருவனை மணக்க விரும்பவில்லை. எனவே வைராக்கிய சித்தத்தோடு கன்னித்துறவு பூண்டு காலம் கழிக்க எண்ணினாள்.

இது பழைய கதை. நடந்து பதினைந்து ஆண்டுகள் ஆகிவிட்டன.

ஆனால் இந்த நிகழ்ச்சிக்கு அவள் தன் வாழ்க்கையில் விளக்கம் தேட முயன்றதுண்டு. சீதாராமனும் நானும் ஒத்த மனமுடையவர்கள்தாமா? அல்லது இல்லை யென்றால் இறுதிக்காலத்தில் இருவரும் வேறுபடுவா னேன்! நான் காதலித்தது சீதாராமனின் மோகன ரூபம் தானா? இல்லை. காவிய சொரூபமான காதலனை அவரிடம் நான் உருவகப்படுத்திக்கொண்டேனா? அப்படியானால், சீதாராமன் என்னிடம் கண்டது வெறும் சதைப் பிடிப்பின் கவர்ச்சியைத்தானா? அப்படியானால் எங்கள் வளர்ச்சியில் நாங்கள் வெவ்வேறு திசை நோக்கிச் செல்லும் யாத்திரிகர்கள் தானா? ஏதோ அகஸ்மாத்தாக இருவரும் ஒரு ஸ்தலத்தில் சந்தித்தோமா? சந்தித்து விலகிவிட் டோமா? ஒரு வேளை

அந்த ஸ்தலத்திலேயே நாங்கள் ஒன்றுபட்டிருந்தால் எங்கள் இருவர் பாதைகளும் ஒன்றா யிருக்குமா? யாராவது ஒருவர் மற்றொருவருக்காக விட்டுக் கொடுத்திருக்கமுடியுமா? அன்று நாங்கள் சந்தித்த திரிசங்கு ஸ்தலத்தையே எங்கள் சொர்க்கமாக்கி யிருக்க முடியாதா?........

இதற்கெல்லாம் விளக்கம் அகப்படவில்லை. கண்ணைக் கட்டிவிட்டால், எந்தத் திசையில் செல்கிறோம் என்று எப்படித் தெரியும்? அவள் சென்றுகொண்டிருந்தாள். ஆனால் திசை தான் தெரியவில்லை. இந்தப் பதினைந்து ஆண்டு களாகத் தெரியவில்லை.

4

ஆனால், இந்தப் பள்ளிக்கூடத்தில் வேலை ஒப்புக்கொண்ட தினத்தன்று மீண்டும் அவள் மனதில் ஆன்ம விசாரம், உணர்ச்சிப் போராட்டம் ஆரம்பித்தது. அது வாலிபப் பருவத்தின் கனவு நிலையில் ஏற்படும் இளம் போர் அல்ல. செத்து மடியப்போகும் தாய்மை உணர்ச்சியின் அந்திமப் போராட்டம். பெண்களின் வாழ்வில் இரண்டாவது முறையாக, இரண்டுங் கெட்டான் வயதில் எழும் காதல் போராட்டம்.

முதல் நாளன்று கல்லூரி வகுப்புக்குச் சென்றபோதே அந்தப் போராட்டம் துவஜம் கட்டிவிட்டது. அது ஜூனியர் இண்டர் வகுப்பு. வகுப்பிலுள்ள மாணவர்களை அறிமுகப் படுத்திக்கொள்வதற்காக, அவள் ஒவ்வொருவர் பெயரையும் வாசித்து, அவர்களை எழுந்து நிற்கச் சொன்னாள், பையன்கள் ஒவ்வொருவராக எழுந்திருந்து அமர்ந்தனர்.

"ரங்கநாதன்!"

ரங்கநாதன் எழுந்து நின்றான்.

நிர்மலா நிமிர்ந்து பார்த்தாள். அவள் நெஞ்சில் சுளுக்குவது போன்ற ஒரு உணர்ச்சி ஏற்பட்டது. அதோ நிற்பது ரங்கநாதனா

அல்லது சீதாராமனா? இது அவள் திகைப்பு - இதோ நிற்கும் பையன் இளைஞன். ரங்கநாதன்! சீதாராமனாயிருந்தால், இந்த பதினைந்து ஆண்டுகளில் எவ்வளவோ மாறியிருக்க வேண்டுமே. ஆனால் -? ரங்கநாதன் சீதாராமனைப் போலவே இருக்கிறான். அதே முகச்சாடை. அதே குரல். அந்தக் கூரிய மூக்குக்கூட என் கண்முன் நிற்கிறதே!

நிர்மலா ரிஜிஸ்டரை மூடிவைத்தாள். அதற்குமேல் எந்தப் பெயரையும் வாசிக்கவில்லை. அவள் மனத்தில் மீண்டும் ஏதோ உறுத்தியது. ரிஜிஸ்டரைத் திறந்தாள். ரங்கநாதன் பெயருக்கு முன்னால் 'எஸ்' என்ற எழுத்து காணப்பட்டது. 'அவன் தந்தையின் பெயர்? ரங்கநாதன் சீதாராமனின் பிள்ளையா?'

அவள் மனம் வேறு திசையிலும் திரிந்தது.

'எஸ்' என்ற எழுத்தைக்கொண்டு இத்தனை மனக்கோட்டை கட்டுவதா? சீதாராமனுக்குப் பதிலாக, அது செல்வராஜாக இருந்தால், அல்லது எஸ் என்ற எழுத்தில் ஆரம்பமாகும் வேறு பெயராயிருந்தால்?.....' அவள் வெகுநேரம் யோசிக்க வில்லை.

"ரங்கநாதன்! உன் தந்தையின் பெயர் என்ன?" என்று தோரணையோடு கேட்டாள்.

"சீதாராமன்!" என்றான் ரங்கநாதன்.

நிர்மலாவுக்கு ஒரு நிவர்த்தி; அதே சமயம் உடம்பில் மெல்லிய அதிர்ச்சியும் கண்டது. அந்த அதிர்ச்சியால், வாயடைத்துப்போய் பேசாமல் இருந்தாள்.

"என் தந்தை உங்களுக்குத் தெரிந்தவரா?" என்று கேட்டான் ரங்கநாதன்.

"இல்லை. கேட்டேன்" என்று மழுப்பினாள் நிர்மலா. அவளுக்குப் பாடம் சொல்லித்தரவே ஓடவில்லை. முதல்

நாளே மாணவர்கள் தன் போதனா சக்தியைப் பற்றித் தவறாக எண்ணிவிடக் கூடாதே என்று பயந்தாள்.

நல்ல வேளையாக மணி அடித்தது. நிர்மலா எழுந்து சென்றாள்.

வீட்டில் இருக்கவே பிடிக்கவில்லை. எனவே காலார நடந்துவந்தால், அதனால் தோன்றும் களைப்பினாலாவது மனமும் உடலும் அயர்ந்துவிடாதா என்று நினைத்து வெளியில் கிளம்பினாள். செல்லும் வழியில், ஒரு சினிமா விளம்பரம் கண்ணை இழுத்தது. காதலர்கள் இருவர் ஓருடலாய் ஒன்றி நின்று அதரபானம் உறிஞ்சி நின்ற சித்திரம் அது. நிர்மலா அந்தச் சித்திரத்தை ஏனோ வெறித்துப் பார்த்தாள். முன்னெல்லாம் இந்த மாதிரிப் படத்தைக் கண்டால்கூட, பார்க்காதது மாதிரி நடந்து விடுவாள். தன்னையுமறியாமல் அவள் கால் புக்கிங் ஆபீசில் கொண்டு நிறுத்தியது.

"எந்தப் படமானால் என்ன? பொழுது போக வேண்டுமே!" என்று தனக்குள்ளாகச் சொல்லிக்கொண்டாள். அதில் சமாதானம் கண்டுகொண்ட மாதிரி, தன்னைத்தானே ஏமாற்றிக் கொண்டாள்.

அது 'காரிருளில் ஒரு கன்னிகை' என்ற ஆங்கிலப் படம். ஒரு பிரபல நாடகாசிரியரின் கதையைத் தழுவியது. அது ஒரு பெண்ணின் கதை. அவள் ஒரு பத்திரிகை ஆசிரியை. காதலற்ற வாழ்வு வாழ்வதில் பெருமை கொண்டு, கன்னி யாகவே வாழ்ந்து வந்தாள். ஆனால், வாழ்க்கையோ, அது மட்டும் இருந்தால் போதுமா? என்று கேட்டது. அவளுக்கு ஒரு கணவன், ஒரு காதலன் தேவைப்பட்டான். தொழில் முறையில் அவள் வெற்றி கண்டவள் தான் ; என்றாலும் வாழ்க்கையில் காதலும் முக்கியமானது என்பதை அவள் மறந்துவிட்டாள். அதன் பலன் விபரீதமான மனப் போராட்டங்கள், போராட்டங்களுக்கு முடிவு திருமணம்

படம் முடிந்தது. எழுந்து வரும் வரையில், நிர்மலாவுக்கு அந்தப் படத்தின்மீது எந்த துவேஷமும் ஏற்பட வில்லை. வெளியில் வந்தவுடன் ஏதோ தன்னையறியாமல் ஒரு துவேஷம் அவள் மனசில் கிளைவிட்டது. காரணம், அவள் தனது பிரதிபிம்பத்தை அந்தக் கதா நாயகியிடம் கண்டாள். ஆனால், அவளைப்போல் தானும் தோல்வியை ஏற்கவா?...

வீட்டுக்கு வந்ததும் அவளுக்குத் தூக்கமும் பிடிக்கவில்லை. அந்தப் படத்துக்கு ஏன் போனோம் என்று இருந்தது. அவளுக்கு. ஜன்னல் கதவுகளையெல்லாம் திறந்துபோட்டு, காற்றுவரும் திசையில் உடம்பைக் கிடத்தினாள். சுகமான காற்றுத்தான். என்றாலும், புழுங்குவது மாதிரி இருந்தது.

ஜன்னலுக்கு வெளியே இருள் குளப்பாசி போலக் கப்பிக் கலிந்து, கனத்துக்கிடந்தது. நிர்மலா இருளையே வெறித்துப் பார்த்தாள். அந்த இருளின் அந்தகாரத்திலும் அந்தச் சுவரொட்டி விளம்பரம் கண்முன் தோன்றியது. அந்த நிலையைக் கற்பனை பண்ணினாள். அப்போது ரங்கநாதனின் முகம் தன் முகத்தை நெருங்குவதுபோல ஒரு பிரமை தட்டியது. தன்னையும் அறியாமல், அவள் வாய் "ரங்கா ரங்கா" என்று முனகியது.

தன் உள்ளத்தையும் உடலையும் வாட்டும் அந்தப் புது அனுபவத்தை அவள் அர்த்தப்படுத்திக் கொள்ளவில்லை. சீதாராமனிடம் பழகியபோது ஏற்பட்ட அனுபவம்போலத் தான் இதுவும் தோன்றிற்று. இருந்தாலும், அவன் வயதென்ன? அவள் வயதென்ன? ரங்கநாதன் அவளுக்குப் பிள்ளை வயதுதானே இருப்பான்! ஆனால், அவள் ரங்கநாதனிடம் கண்டது அவனது இளமையா? இல்லையே! சீதாராமன் அவள் மனசில் தீட்டிவிட்ட காவியக் காதலன் - லட்சியக் காதலன்! - அந்த மூர்த்தத்தைத்தானே அவள் கண்டாள்!

இந்த உண்மையை அவள் உணர்ந்துகொண்டாள். அப்படியானால், நிர்மலா ரங்கநாதனைக் காதலிக்கிறாளா? பதினெட்டு வயது இளைஞனிடம் அவனைவிட இரண்டு

மடங்கு மூப்பான ஒரு பெண் காதல் கொள்வதா? இது விந்தையாயில்லையா? அதற்கு அர்த்தம்?

அந்த அர்த்தம்தான் அவளுக்குப் புலப்படவில்லை.

5

தன் வாழ்வில் நேர்ந்துவரும் இந்த விபரீத உணர்ச்சியை நிர்மலா ஒதுக்கித்தள்ள முடியவில்லை. வகுப்பிலோ எங்கு ரங்கநாதனைக் கண்டாலும், அவள் கண்கள் அந்தப் பக்கம் திரும்ப நினைத்தன. அதை அவள் தடுக்க முடியவில்லை.

இந்த வேதனையை, தன் வைராக்கியத்தை முறியடிக்கும் புது உணர்வை அவள் தனக்குத்தானே ஆராய்ந்து பார்த்தாள்.

இதென்ன இது? ரங்கநாதன் எத்தனை வயதுப் பிள்ளை? பதினெட்டு வயதுப் பிள்ளையை, முப்பத்தியேழு பெண் காதலித்ததாகக் கதைகளில் கூட, நான் படித்ததில்லையே! ஆல்பிரெட் எச். மைல்ஸ் என்பவர் எழுதிய 'காதலும் பிராயமும்' என்ற கதையைக்கூடப் படித்திருக்கிறேன். ஆனால், அதில் ஐம்பது வயதுக்கு மேலான கிழவன், பதினெட்டு வயதுக் குமரியை மணப்பதாகப் படித்தேன். ஆசிரியர் கூறும் காரணம் கூடப் பொருத்தமாய்த் தான் தோன்றிற்று. இந்த மாதிரி உதாரணத்துக்கு கதையைப் படிக்க வேண்டாம். நம் நாட்டில் முதியவர் களுக்கு இளங்குமரிகளை விவாகம் பண்ணுவது இன்றும் நடந்துவரும் காரியம். இருபாலரும் விரும்பியே மணந்து கொள்ளும் விதங்களும் இருக்கின்றன.

"ஆனால் வயதுக்கினிய பையனை மூத்த பெண்ணொருத்தி கல்யாணம் பண்ணியிருக்கிறாளா? காதல் கொண்டிருக் கிறாளா? ஷேக்ஸ்பியர் கூட வயதுக்கு மூத்த பெண்ணைத்தான் கல்யாணம் செய்து கொண்டார். இருந்தாலும் எனக்கும் ரங்கநாதனுக்கும் உள்ள வயது வித்தியாசத்தைத் கவனித் தால், - இதுமாதிரியான காதல் - கதையிலும் இல்லை, வாழ்க் கையிலும் இல்லையே,

"அப்படியானால், என் காதல் உணர்ச்சிக்கு என்ன விளக்கம் கூறுவது? எங்கே விளக்கம் காண்பது? விளக்கம் கிடையாவிட்டால், நான் இப்படியே வேகவேண்டியது தானா?"

நிர்மலா தன் மனசைப் போட்டு அலட்டிக்கொண்டிருந்தாள். இந்த வேதனை அவளை ஒருநாள் அல்ல, தினம் தினம் வருத்தியது.

ஒரு நாள்-

மாலை நேரம்தான். கதவை யாரோ தட்டும் ஓசை கேட்டது. எழுந்து சென்று கதவைத் திறந்தாள். அங்கு நின்றது ரங்கநாதன்!

அவன் ஏன் வந்தான்? இங்கு அவனுக்கு என்ன வேலை? அவளது உள்ளச் சலனத்தை அவன் உணர்ந்து கொண்டானா? அவ்வளவுக்கு அவன் அனுபவம் பெற்றவனா? பக்குவதசை அடைந்தவனா?.....

அவள் ஒன்றும் பேசாமல், அவனையே பார்த்தாள். அவன் நமஸ்கரித்தான். வாய் பேசமல் இருவரும் உள்ளே வந்தனர்.

"எங்கே வந்தே?" என்று ஆங்கிலத்தில் கேட்டாள் நிர்மலா

தமிழில் பேசினால் 'நீ, நான்' என்று ஒருமையில் பேசி விடுவோமோ என்ற பயம். அந்தப் பயம் ஏற்படுவானேன்? அவன் அவளது மாணவன். அவனை 'வா' என்று அழைத்தாலென்ன? வாருங்கள் என்று அழைக்கா விட்டால் என்ன குற்றம்? அதுதான் அவளுக்குப் புரியவில்லை.

"எனக்கு இங்கிலீஷ் கொஞ்சம் வீக். எனவே உங்களிடம் ட்யூஷன் சொல்ல உத்தேசம்" என்று பேச்சை ஆரம்பித்தான் ரங்கநாதன். அதைப் பேசுவதற்குள்ளாகவே அவன் நடுநடுங்கிப் போனான். அந்த நடுக்கத்தை நிர்மலா காணாமற் போகவில்லை. அவன் நடுங்குவா னேன்? அவளது மனத்தை

அறிந்து கொண்டு அவளோடு உறவாட பொய்க் கதை கூறுவதால் உண்டாகும் நடுக்கமா? அதெப்படி அவனுக்கு அவள் மனத்தின் சஞ்சலம் தெரியும்! அப்படியானால், ஒரு வேளை ஒரு பெண்ணோடு தனியே இருந்து பேசுவதற்கே அவன் கூசுகிறானா? அப்படிக் கூசும் பருவம்தானா அது!

நிர்மலா எதையெதையோ யோசித்தாள். பிறகு அவன் கேள்விக்குப் பதில் சொன்னாள்: "நான் ட்யூஷன் சொல்லிக் கொடுப்பதில்லை!"

"இல்லை. நீங்கள் கட்டாயம்..." என்று ஆரம்பித்து மென்று விழுங்கினான் ரங்கநாதன்.

நிர்மலாவுக்கு ஏற்கனவே பெரிய சங்கடம். மீண்டும் யோசித்தாள். ட்யூஷன் சொல்லிக் கொடுத்தால், ரங்க நாதனோடு நேருக்கு நேராய்ப் பழக வேண்டியிருக்கும். அப்போது தன் போராட்டம் வலுப்பெற்று தன்னையே விழுங்கி விடக்கூடும். அல்லது அந்த நப்பாசை தேய்ந்து மறையவும் கூடும். ஆனால் போராட்டத்தின் கை வலுப் பெற்றுவிட்டால் தன் வைராக்கியம் என்ன ஆவது? ஆனால், அவனைச் சந்திப்பதால், தன் லட்சியக் காதலனை - சந்திரா பீடனை - சீதாராமனைச் சந்திக்கலாம். அதில் ஒரு திருப்தி ஏற்படாதா?

தன்னையுமறியாமல் வெள்ளத்தில் இழுத்துச் செல்லப்படும் மனிதனைப்போல் அவள் நடந்து கொண்டாள்.

"சரி, நாளை முதல் வரலாம்" என்றாள் நிர்மலா. ரங்கநாதன் சந்தோஷத்துடன் எழுந்து சென்றான்.

வீணாக வேதனைப்பட்டு நைந்து கூழாவதைவிட, அந்த வேதனைக்கு விட்டுக் கொடுத்து தப்பித்து வெளிவர முடியும் எனக் கருதினாள் நிர்மலா. ஆனால் காலம் வேறு விதமாய்த் தான் அவளிடம் விளையாடிக் கொண்டிருந்தது. தான் எந்த ஆசையை உதறித் தள்ள முடியும் எனக் கருதினாளோ, அந்த

ஆசையே கணத்துக்குக் கணம் அவளை அடிமை கொண்டு வந்தது.

அன்று மாலை அவள் வெளியில் செல்லும்போது நிலைக் கண்ணாடி முன்னால் அரைமணி நேரமாவது நின்றிருப்பாள். அலங்கரித்துக் கொள்வதில் அக்கறை காட்டினாள். நெற்றிக்குப் பொட்டுக்கூட இட்டுக் கொண்டாள். வெளியில் சென்றுவிட்டுத் திரும்பும்போது ஒரு பவுடர் டின்னும் வாங்கி வந்தாள். அதை ஏன் வாங்கினோம் என்று அவள் நினைத்தாலும், வாங்கும்போது அந்த நினைவு எழவில்லை.

"நான் யாருக்காகப் பவுடர் பூசவேண்டும்? யாரைக் கவர்வதற்காக ? இல்லை. நான் கிழடாகி வருகிறேன் என்ற உணர்ச்சி என்னில் முளைவிடுவதாலா? அப்படிக் கிழடானால் தான் என்ன? நான் இளமையைத் திரும்பப் பெற முடியுமா? பெற்றாலும் என்ன செய்வது? யாருக்காக இந்த இளமை வேஷம்? யாருக்காக இந்த அலங்காரம்? எனக்கா? எனக் கெதற்கு? பின் யாருக்கு?"

அந்தக் கேள்விகளுக்கெல்லாம் ஒரே ஒரு பதில்தான் இருந்தது; ரங்கநாதன்!

6

ரங்கநாதன் மனசிலும் கடந்த இரண்டு மாத காலமாக ஒரு போராட்டம். தன் ஆசிரியை நிர்மலா தன்னை ஏன் இப்படி வெறித்துப் பார்க்கிறாள்? தன்னிடம் ஏன் இத்தனை அன்பு காட்டுகிறாள்? இது ஒரு குரு தன் சீடனிடம் கொள்ளும் அன்புதானா? அல்லது ஒரு தாய் தன் குழந்தையிடம் காட்டும் அன்புதானா? அல்லது ......

அவனுக்கு இப்படிக் கேள்வி மேல் கேள்வியாய் மனசில் எழுந்தாலும், அதன் காரணம் விளங்கவில்லை.

அவன் பதினெட்டு வயசை எட்டிவிட்ட இளைஞன். பால்யத்தின் சில்லுக்குரல் உடைந்து, தன் குரல் கனத்துக்

கரகரப்பு எய்தியிருப்பதையும் அவன் உணர்ந்தான். அது ஒரு குழந்தையின் குரல் அல்ல; ஒரு ஆண் மகனின் குரல். அதுதான்

அதுதான் அவனுக்குத் தெரியாது. கடந்த ஒரு வருஷ காலத்தில் அவன் பீர்க்கங் கொடிபோல மதமத வென்று வளர்ந்துவிட்டான். சில மாத காலமாகத்தான் அவன் முகச் சவரம்கூடப் பண்ணிக் கொள்கிறான். தன் உடம்பிலே ஏற்பட்டு வரும் பருவகால மாறுதலை அவனும் தான் உணர்ந்தான். இப்போது ஊருக்குச் சென்றால், தன் தாயைத் தொட்டுப் பழகக்கூடக் கூசினான். அவள் என்ன அவனுக்கு அன்னியமாய்ப் போய்விட்டாளா? இல்லையே! பின் இந்த மன மாறுதலுக்குக் காரணம்?

முன்னெல்லாம் ரங்கநாதன் ட்ராயரைப் போட்டுக் கொண்டு எங்கு வேண்டுமென்றாலும் சுற்றி வந்துவிடுவான். இப்போது அவன் தளரத் தளர வேட்டி கட்டாமல் வெளியில் செல்வதற்கே கூசினான். தினம் முகத்தை ஆறேழு தடவை சோப்பிட்டுக் கழுவிக் கொண்டான். கண்ணாடி முன் வெகு நேரம் செலவழித்தான். இதெல்லாம் எதற்காக? வேட்டி கட்டாவிட்டால் அவனைச் சின்னப் பிள்ளை என்று விடுவார்களா? அப்படியானால், அவன் பெரிய மனுஷன் ஆகிவிட்டானா?

அவனுக்கும் இந்தச் சஞ்சலத்தின் புதிர் விளங்கவில்லை. நான் அலங்கோலமாய்ப் போனால் யாருக்கென்ன? அப்படி யானால், நான் அலங்கரிப்பது யாருக்காக?. இதை ஆராயும் போது, அவன் உள்ளத்தில் ஏதோ சூனியம் விழுந்துபோன மாதிரி ஒரு உணர்ச்சி தோன்றியது.

"நான் ஏன் இந்த உலகில் தனியாயிருக்கிறேன்? நான் ஏன் என் பெற்றோர்கள் மீது, உடன்பிறந்தார் மீது பற்றற்றவனாய் மாறி வருகிறேன்?"

'எனக்கென்ன குறை நேர்ந்தது? அப்படியானால், நான் யாருடைய ஆசைக்காக, பாசத்துக்காகத் திரிகிறேன்?' இது அவனறியாமல் அவன் உள்ளம் தேடித் திரியும் கேள்வி.

அவன் தேடித்திரியும் அந்த இனந்தெரியாத நபர் மோகினி மாயைபோல அவனுக்குப் பலதடவை சொப்பன அவஸ்தையைத் தந்திருக்கிறாள். இருந்தாலும் அவள் யார்? அவளை நான் ஏன் தேடவேண்டும்? அவள் எங்கே இருக்கிறாள்? இதற்கு விடை காணாவிட்டாலும், இந்த அலைக்கழிப்புக்குக் காரணமான உண்மையை, அவன் ஒருநாள் இரவு கண்டு பிடித்துவிட்டான். தான் ஒரு மனிதனாக ஒரு ஆண்மகனாக மாறிவிட்ட உண்மையை அவன் அறிந்துகொண்டான். உடனே மனசில் ஒரு தெம்பு; ஒரு உற்சாகம். 'நான் தனியே இருக்க முடியாது, அவளைத் தேடிக் காணவேண்டும்' என்று ஒரு ஆணவ வைராக்கியம்.

அது அந்தப் பருவத்தின் கோளாறு அல்ல; வளர்ச்சி.

இந்த உண்மை அவனுக்குத் தெளிவானதும் அவன் மனசிலும் பற்பல சம்பவங்கள் நிழலாடின. மூன்று வருஷங்களுக்கு முன்னால் அம்மா சொன்ன வார்த்தைகளின் கருப் பொருள் விளங்கிற்று. அவனது மைத்துனி கோகிலா சமயம் பார்த்துத்தான் சடங்கானாளாம். ஆனால் இப்போது அவனுக்கு அம்மாவைப் பற்றியோ, கோகிலாவைப் பற்றியோ நினைவு இல்லை; ஆனால் நிர்மலா-

அவனுக்கு அந்த ஒருநாள் இரவுச் சம்பவம் நினைவுக்கு வந்தது.

அன்று ஏதோ கோளாறினால், மின்சார விளக்கு அணைந்து போய்விட்டது. அவனும் நிர்மலாவும் இருளில் ஒருவர் முகம் தெரியாமல் இருந்தனர். அப்போது நிர்மலாவின் கர ஸ்பரிசம் ரங்கநாதன் மீது பட்டது. அவன் சுரீரென்று கையை இழுத்துக் கொண்டான்.

"ரங்கா!" மெல்லிய சப்தம் கேட்டது.

ரங்கநாதன் பேச வாயெடுத்தான். வெறும் கரகரப்புத்தான் எழுந்தது.

"உன் கையா? பரவாயில்லை. சரி. மேஜையிலே மெழுகுவத்தி இருக்கிறதா பார். எதையும் தட்டி விடாதே. தடவிப்பார்" என்றாள் நிர்மலா

அவன் தடவினான்.

அப்போது அவன் கை மேஜை விளிம்போரத்தில் சாய்ந் திருந்த நிர்மலாவின் மேல் பட்டுவிட்டது. அவன் கையை இழுத்தான்.

"நன்றாய்த் தேடுகிறாயே!" என்று கேலி பண்ணினாள் நிர்மலா

அவனால் அதைத் தாங்க முடியவில்லை. ஏற்கெனவே அவன் உள்ளம் படபடத்தது. அந்தச் சமயம் மீண்டும் மின்சாரம் வராமலிந்திருந்தால் அவன் வெளியே ஓடியே போயிருப்பான்.

இதுமாதிரி எத்தனையோ சம்பவங்கள். அவற்றைக் கொண்டு என்ன நினைப்பது? நிர்மலா தன்மீது ஆசை கொள்கிறாளா? அல்லது வெறும் பிரமையா? நானும்...ஆனால், அவள் குருவல்லவா? என்னைவிட எத்தனை வயது மூத்திருப்பாள்?....

அவன் மனம் சம்பிரதாய வரன்முறையில் அலைக் கழிந்தது. அதையும் மிஞ்சி, 'நீ ஆண்மகன்' என்று அடிக்கடி ஆணவத்தோடு உறுத்திக்கொண்டிருந்தது அவன் உள் மனம். "அப்படியானால் நான் நிர்மலாவைக் காதலிப்பதா? நான் தேடித்திரியும் பாசத்தை அவள்தான் எனக்கு வழங்குகிறாளா? நான் இதுவரை கண்டறியாத பாசத்தை அவள்தான் வழங்கு கிறாள். அந்தப் பாசம்தான் காதலா?...

அன்று மாலை அவன் ட்யூஷனுக்குச் சீக்கிரமாகவே கிளம்பிச் சென்றான். அவளிடம் அன்று ஒரே பரபரப்புக் காணப்பட்டது. அதன் அர்த்தம் உடலுக்குத் தெரிந்தது.

நிர்மலா அன்று அவனுக்கு ஜெர்மன் கவிஞர் கதேயின் வாழ்க்கையைப்பற்றிச் சொல்லிக்கொண்டிருந்தாள். கதே தமது வயோதிக காலத்தில் உல்ரிக் என்ற இளம் பெண்ணைக் காதலித்த கதையைச் சொன்னாள்.

பரபரப்புடன் கேட்டுக்கொண்டிருந்த ரங்கநாதன் "அந்தக் காதல் நிறைவேறிற்றா?' என்று கேட்டான்.

"இல்லை" என்றாள் நிர்மலா

சிறிது நேரம் கழித்து அவன் தொண்டையில் கூடி நின்ற எச்சிலை விழுங்கிவிட்டு, "இது மாதிரி, வயதுக்கு மூத்த பெண் இளைஞன் ஒருவனைக் காதலித்ததாக இருக்கிறதா?" என்றான்.

"தெரியவில்லை" என்றாள் நிர்மலா.

ஆனால் மறுகணமே அந்தக் கேள்வியை அவள் புரிந்து கொண்டாள். அப்படியானால், ரங்கநாதன்...... அவள் முகம் சிவந்து கனலேறியது; கைகள் துறுதுறுத்துப் பிசைந்தன.

மறுகணம், "இல்லை ரங்கா! நான் இருக்கிறேன். நான் இருக்கிறேன்!" என்று கூவிக்கொண்டே ரங்கநாதனைத் தாவி அணைத்தாள்.

ரங்கநாதன் திக்குமுக்காடினான்; ஆனால் மறுகணமே அவன் ஆண்மை விழித்துக்கொண்டது.

தன் காதல் இவ்வளவு சீக்கிரம் பலிதமடையும் என்று நிர்மலா நினைக்கவில்லை. கமலாவின் தீர்க்கதரிசனம் சரியாய்ப் போகும் என்றும் அவள் கருதவில்லை. ஆனால் அந்தக் காதலுக்குக் காரணம்?

"நான் ஏன் ரங்கநாதனைக் காதலித்தேன்? சீதாராமன் உருவில் அவனைக் கண்டதாலா? இல்லை. இவன் வேறு நபர் என்று எனக்குத் தெரியும். இருந்தாலும், ஏன் காதலித்தேன்? மாய்ந்துவரும் என் தாய்மையைக் காப்பாற்றுவதற்காகச்

செய்த இறுதி முயற்சியா? நெருங்கி வரும் பேரிளம் பெண் பருவத்திலிருந்து தப்பிக்க எண்ணி, என் பெண்மை இளமையைத் தேடிப் பின்வாங்கியதா? அதனால்தான் நான் என்னை அலங்கரித்தேனா? அதனால் தான் நான் ரங்கநாதன் போன்ற இளைஞனைக் காதலித்தேனா?..."

அவளுக்குத் தன் அனுபவ ரேகையில் உண்மை ஒளி தோன்றுவதாகப்பட்டது.

தன் மனமாறுதலுக்குக் காரணம் இயற்கைதான் என்று உணர்ந்தாள். ஆனால் இயற்கை வஞ்சித்ததா? இல்லை. வாழ்வித்ததா? அது அவளுக்குத் தெரியாது. இருந்தாலும் அவள் அந்தச் சுகத்தில் ஆனந்தம் கண்டாள்.

"ஆனால் ரங்கநாதன் போன்ற இளைஞன் தன் வயது வந்த பெண்ணைக் காதலிக்காமல், என் காதலை எப்படி ஒப்புக் கொண்டான்? அதன் காரணம் என்ன? அவன் ஆண்மை எய்திய இளைஞன். பசிகொண்டு இரைதேடித் திரிந்த அவன் ஆண்மைக்கு நான்தான் அகப்பட்டேனா? இல்லை. அவன் இளைஞன். பேய் வேகத்தில் வளர்ந்து வரும் ஆண்மைக்கு உடனடியாக ஒரு பிடிப்புவேண்டும்; அதற்கு நான் தான் கைகொடுத்து உதவினேன். அப்படித்தானா?...

"இல்லை. நான் இளமையை நாடி அலைக்கழிந்தேன்- அவன் ஆண்மைப் பாதையில் முன்னேறிக் கொண்டு வந்தான். நாங்கள் இருவரும் சந்தித்துக்கொண்ட ஸ்தலம் ஒரு திரிசங்கு மண்டலம். அதையே நாங்கள் சொர்க்கமாக்கிக் கொண்டோம்.

"அப்படியானால், நாங்கள் மீண்டும் விலகிவிடுவோமா? பிரிந்து விடுவோமா? எதிரெதிராக வரும் இரு சக்திகள் ஒரு இடத்திலே சந்தித்தால், ஒன்று, அவற்றின் போக்கே நிற்க வேண்டும். அல்லது மீண்டும் எதிரெதிராகச் செல்ல வேண்டும். நாங்கள் எங்கு செல்லப்போகிறோம்? ரங்கநாதன் என்னைக் கைவிட்டுவிடுவானா? இல்லை. நான்தான் அவனைக் கைவிடுவேனா?.

“ஆனால், அதையெல்லாம் நினைத்து வாழ்க்கையில் கிடைக்கவிருக்கும் ஆனந்தத்தை இந்த அந்திம தசையிலாவது அனுபவியாமலிருப்பதா? பதினைந்து ஆண்டுகளாக நானறி யாமல் சாகாது கிடந்த என் காதல் இன்றாவது இஷ்ட பூர்த்தி யடையக்கூடாதா?.....

நிர்மலா அன்றிரவு முழுவதும் தூங்காமல் சிந்தித்துக் கொண்டிருந்தாள். அவள் மனசில் அந்தப் பொழுதின் ஆனந்தம் குமிழிட்டுக் கொப்புளித்துப் பெருகிற்று.

பதினைந்து நாட்களுக்குப் பிறகு, மிஸ். நிர்மலா மிஸிஸ். ரங்கநாதன் ஆகிவிட்டாள்!

-1949

வாழ்விற்கே ஒரு நாள்

"கா, கா" என்று கரையும் சப்தம் கேட்டது.

விடிந்துவிட்டதோ என்று சுப்பையா முதலியார் ஜன்னல் வழியே எட்டிப்பார்த்தார்.

வெளியிலோ, ஷவரிலுள்ளிருந்து விழும் நீர்க்கம்பிகளைப் போல, சுக்லபக்ஷத்து நிலவு 'பொருபொரு வெனச் சொரிந்து கொண்டிருந்தது. ஏதோ சொர்க்க சொப்பனம் போல, உலகம் அந்த அமைதியினூடே படுத்துக்கிடந்தது. நில வொளியைப் பார்த்து விடிந்துவிட்டது என்று ஏமாந்த அந்தக் காக்கை, அந்த நிர்மலமான வானவெளியில் பீதியுடன் சிறகடித்துச் சென்றது.

"சே! நிலவு இன்னும் இறங்கக்கூட இல்லியே. அதற்குள் எப்படி விடிஞ்சிரும்?" என்று மனதை உற்சாகப்படுத்திக் கொண்டார். பொடித்தடையை எடுத்துத் தடவிப் பார்த்தார். ஒரு நேரத்துக்குக்கூட, அதில் பொடி இல்லை. தடையை விரித்து அப்படியும், இப்படியும் தட்டி அதில் ஒட்டியிருந்த தூள் அனைத்தையும் தங்கத்தூளை பிரக்ஷினால் துடைத்து ஒன்று சேர்ப்பதுபோல் ஒன்று கூட்டினார். அப்படியே, மூக்கண்டை மட்டையைப் பிடித்து, 'ராக்ஷஸ உறிஞ்சு' உறிஞ்சினார். பொடித்தூள் முழுவதும் மூக்கினுள் ஐக்கியமாகிவிட்டது.

“ங்நே” என்று கனைத்து உற்சாகப்படுத்திக் கொண்டு, மீண்டும் வேலையைத் தொடங்கினார்.

"டகடக், டகடக்!

தறியினூடே, நூல் அப்படியும், இப்படியும் ஓடிக் கொண்டிருந்தது.

மாடக்குழியிலிருந்த, 'தகரச் சீமை எண்ணெய் ராந்தல்' ஏதோ காக்காய் வலிப்பு வந்ததுபோல படபடவென்று அடித்தது. விளக்கை எடுத்துக் காதண்டை வைத்துக் குலுக்கிப் பார்த்தார்.

"சே! ஒரு சொட்டுக்கூட, எண்ணை இல்லெ" என்று சலித்துக்கொண்டார். குலுக்கினதில் ஸ்வீகரித்த எண்ணையை வைத்துக்கொண்டு, அந்தக் கட்டைத் திரி மீண்டும் எரிய ஆரம்பித்தது.

மீண்டும் தறியில் கையை வைத்தார்.

"டகடக், டகடக்!"

சுப்பையா முதலியாருக்கு முப்பத்தைந்து வயது இருக்கும். கலியாணமானவர்; அதன் பலனாய்த் தோன்றிய மூன்று குழந்தைகள். இவர்களை மேல் பார்க்கவேண்டிய பெரும் பொறுப்பு அவர் தலைமேல் கிடந்தது. ஆளைப்பார்த்தால், 'பஞ்சத்தில்' அடிபட்டவர் மாதிரிதான் இருப்பார் ஒட்டி யுலர்ந்துபோன வற்றல் உடம்பு. முகத்திலே ஓயாத உழைப்பின் சலிப்புத் திரைகள் சிப்பிப் பாறைகள் போலப் படிந்திருந்தன. ஒரே மண்ணில் பிறந்து, பலவிதமாய்த் திரியும் தேசீய வாதிகளைப்போல அவருடைய மீசை கட்டுக் கடங்காமல், எப்படி எல்லாமோ வளர்ந்திருந்தது. ஓய்வற்ற உழைப்பாலும், தீர்க்க முடியாத கவலையாலும் தலையில் வழுக்கைகூட, விழுந்து விட்டது. ஒன்றிரண்டு வெள்ளி மயிருங்கூட இழைவிட்டிருந்தன. ஆளைப் பார்த்தவுட னேயே, எந்த அசந்தர்ப்பத்தையும் அநாயசமாய் ஏற்றுப் பழகினவர் என்று லேசாகப் புரிந்துவிடலாம்.

வாழ்க்கைப் புயலில் தன்னைத்தானே கவிழ்த்துவிடாத தீரப்படகு போன்றவர் அவர்.

"இன்னும் இரண்டு நாளைக்குள் ஜோலி முடிந்தால் தான் ஏதாவது கிடைக்கும். தீபாவளியையும் சமாளித்துக் கொள்ளலாம்" என்று தனக்குத்தானே தீர்மானித்துக் கொண்டதின் பயனாகத்தான் அவர் இரவுங்கூட, முழுநேர

வேலையில் ஈடுபட்டிருந்தார். அவர் தொழில் நெசவுத் தொழில். உலகத்தாரின் மானத்தைக் காக்க உதவும் புண்ணியாத்மாக்களில் அந்தப் பிரகிருதியும் ஒருவர்.

"டகடக், டகடக்!" பாவினூடே, நூலிழைகள் குறுக்கும் நெடுக்குமாக ஓடிக்கொண்டிருந்தன.

இழுத்து இழுத்து அடித்து, அவருடைய காலும் கையும் ஓய்ந்துவிட்டன. கையையும் காலையும் உதறிவிட்டுக் கொண்டு, பொடித் தடையைத் தடவினார். ஆனால், மீண்டும் உறியப் பொடியில்லை. சலித்துப்போன மனதுடன், அப்படியே கண்ணைச் சுழற்றும் தூக்கத்திலே, சுவரில் சாய்ந்தார். அவருடைய சிந்தனை என்னவெல்லாமோ பின்னி நெய்ய ஆரம்பித்தது.

"சே! தீபாவளியாம். தீபாவளியும் திருக்கல்யாணமும் யாருக்கு வேணும்? அன்றன்றைக்குப் பாட்டைக் கவனிப்பதற்கே வழியைக் காணோம். தின்று கொழுத்த முண்டங்களுக்கு, இது சரிதான். ஆனால், நம்போன்ற இந்தக்... கட்டை பூமியிலே சாயுற நாள் தான் தீபாவளி!

ஆனால் -? இந்த வறட்டு ஆராய்ச்சிக்கு அவருக்கு நேரம் ஏது?

கிட்டித்து வந்த தூக்கத்தை ஒரு 'உலுப்பு உலுப்பி விரட்ட முயன்று கொண்டே முன்னே பார்த்தார்.

தறிக்கு அந்தப்புறம் மனைவி குழந்தைகள் எல்லாரும் படுத்துத் தூங்குகிறார்கள். அந்தப் பல ஜீவன்களை மகிழ்விப்ப தற்காக, இந்த ஒரு ஜீவன் தன்னைத் தானே நாசமாக்கிக் கொண்டிருக்கிறது.

"பெண்ஜாதி? நான் எதற்குக் கலியாணம் பண்ணிக் கொண்டேன்? என்னுடைய முட்டாள்தனமா - இல்லை சமய சந்தர்ப்ப நெருக்கடியா?- எதுவுமிருக்கட்டும், இப்போது எனக்கு எல்லாம் கசந்து போய்விட்டது. "இல்லாள் அகத்திருக்க இல்லாததொன்றுமில்லை" - இது எந்த

மடச்சோணகிரி சொன்னதோ, தெரியவில்லை. என் வீட்டிலோ, அந்த இல்லாள் மட்டுந்தான் கண்டது மிச்சம்.

"குழந்தைகள்! மனுஷனுடைய நிலைமையை அறியாமல், இந்த உலகத்தைப் படைத்தானாமே, ஒரு போக்கிரி - அவன் - அனுப்பிவைத்த அழைக்காத விருந்தாளிகள் தானா? சே! நொந்துபோன மனவேதனையை மறக்க எண்ணி, முன் என்றோ ஒருநாள் மனைவியின் முன் கொஞ்சம் மனுஷத்துவம் காட்டியதின் பயனா, இவை! காதல் எனும் மரத்தை அணைத்து வளரும் புல்லுருவிகள் தானா, குழந்தைகள்? அன்றைக்கு அந்த சுப்புத்தாயி கர்ப்பத் தடையின் அவசியத்தைப்பற்றிப் பேசினாளே. அது ரொம்பவும் சரிதான். பஞ்சமும் நோயும் சூறையிடும்போது, பிள்ளையென்ன, பிள்ளை? மனிதனுடைய சரீரப் பசியின் கோர விளைவுகள் தானா? குழந்தைகள்?.......... சே! என்ன இது. என்னுடைய உயிர்தானே அதோ கூறுகூறாகப் பிரிக்கப்பட்டுக் கிடக் கிறது. என்னுடைய ஆத்மப் பரிபாகந்தான், அவர்கள் !

சுப்பையா முதலியார் கண்களைச் சுழற்றிக் குழந்தைகளைப் பார்த்தார். மடல் பிளந்த மக்காச் சோளக்கதிரின் உள்ளிருக்கும் மணிகளைப்போல அந்த அரிசிப் பற்கள் வெளியே தெரியும்படியாய், மூத்த பையன் சொப்பனத்திலே சிரித்துக்கொண்டிருந்தான்.

அவன் என்னென்ன சொப்பனங் காணுகிறானோ? காக்கையின் முதுகில் சவாரி போட்டுக்கொண்டு, ஆகாயத்தில் பறப்பதுபோலக் கனவு காண்கிறானோ? சொர்க்க உலகில், நிலாவோடு கைகோத்துக்கொண்டு, நக்ஷத்திர மீன்களைப் பிடித்து விளையாடுவதாகக் கனவு காண்கிறானோ?- இல்லையெனில் தீபாவளியன்று தனது அப்பா வாங்கிக் கொடுத்த பட்டுச்சட்டை, பட்டு வேஷ்டி கட்டி, எண்ணெய் வழியும் அப்பத்தைத் தின்றுகொண்டே பட்டாஸ் சுடுவதாகக் கனவு காண்பானோ? அப்படித்தானிருக்கும். பெற்றோர்களின் நிலைமை தெரியாத பயல்!"

அவருடைய கண் மீண்டும் உலவுகிறது. அந்தக் கைப்பிள்ளை, பற்றுக்கோடற்ற மரக்கிளையில் ஏறும் அணிற் பிள்ளையைப் போலத் தொத்திக்கொண்டு, தாயின் மார்பில் வாய் வைத்துச் சுவைத்துக் கொண்டிருந்தது. நாள் முழுதும் வேலை செய்து களைத்துப்போன அந்த மனைவியோ உணர்ச்சி யின்றித் தூங்கிக்கொண்டிருந்தாள்.

அசதியின் மயக்கத்தினால், அயர்ந்து தூங்கும் மனைவி, தூக்கத்தின் மத்தியிலும் பாலுறிஞ்சும் அந்தச் சின்னக் கைப்பிள்ளை, தூக்கத்தின் இடையில் இன்பக்கனவு கண்டு புன்னகை புரியும் சிரேஷ்ட புத்திர பாக்கியம் எல்லாம் அவர் உடம்பில், ஒரு புது ஊக்கத்தையும், வலிவையும் ஊட்டிற்று.

"மனைவியும் மக்களும் மனுஷன்மேல் ஒண்டவந்த பிடாரிகளல்ல. அவனுக்கு ஊக்கமளிக்கும் தெய்வச் சிற்பங்கள் என்ற உண்மை அவர் மனதில் எதிரொலித்தது. மீண்டும் வேலையைத் தொடங்கினார்.''

"டகடக், டகடக்!" தறி கதறிக் கொண்டிருந்தது.

மேல் வானத்தில் வெள்ளி நிலா வட்டம் வீங்கிப் பருத்து, தங்கமயமாகிக் கொண்டிருந்தது. கூட்டிலிருந்து தவறி விழுந்து, அந்தரத்திலே தொங்கும் சிலந்தியைப் போல், வானத்தில் விடிவெள்ளி தொங்க ஆரம்பித்தது.

சீமை எண்ணெய் விளக்கு போஜனமற்று மங்கிப் படர்ந்து எரிய ஆரம்பித்தது.

சரி, நேரமாகிவிட்டது என்று உணர்ந்துகொண்டே தறியை விட்டு வெளியேறினார் முதலியார்.

"காகா" என்ற சப்தம் சூரியனின் வரவிற்குக் கட்டியம் கூறிற்று.

2

"நல்ல சகுனந்தான். காக்கா வலம் பாயுது. போயிட்டு வாருங்க" என்று வழியனுப்பினாள் முதலியாரின் மனைவி.

நெய்து முடிந்த, விற்பனைக்குத் தயாரான சேலை மூட்டையை எடுத்துக்கொண்டு, தெருவில் இறங்கினார் முதலியார்.

மனத்திலே ஏதோ எதிர்பாராத சம்பத்தை அனுபவிக்கும் முன்ருசி தட்டுப்பட்டுக் கொண்டிருந்தது. தன்னுடைய உழைப்பின் சிருஷ்டி, தனது வயிற்றை நிரப்பிவிடும் என்ற நம்பிக்கை களி கொண்டிருந்தது.

"சேலை! நயம் சேலை!"

இந்த மந்திரத்தை அவர் பூர்ண நம்பிக்கையோடு தான் உச்சரித்துக்கொண்டிருந்தார். ஆனால், அவரை யாரும் கூப்பிடுவதாகக் காணோம்.

நேரம் போவதற்காக, சில 'அந்தப்புர தர்பார்' அமைச்சர்கள் அவரை வம்புக்குக் கூப்பிட்டு "இது என்ன சேலை! தியாகபூமிச் சேலையில்லையா? சிந்தாமணி பார்டர்தான் நன்றாயிருக்கும். இந்தக் கத்தரிப்பூவும், 'சிலேட் கலரும் யாருக்குப் பிடிக்கும்?" என்றெல்லாம் கேள்விக் குப்பையை அவர்மேல் கொட்டி விரட்டினர்.

அவருடைய கெம்புச் சாயத்தையும், ருத்திராக்ஷக் கரையையும், லுங்கி மோஸ்தரையும் ஒருவரும் விரும்புவதாகக் காணோம்.

"சேலை! நயம் புடவை!"

அவருடைய இந்த மந்திரம் பலன் கொடுப்பதாயில்லை. நாவும் தொண்டையும் வறண்டதுதான் மிச்சம். பக்கத்துக் கடையில் ஒரு சல்லிக்குப் பொடி வாங்கி, ஒரு சிமிட்டா உறிஞ்சினார். பக்கத்துக் குழாயடியில் வயிறார நீரருந்திவிட்டு அப்படியே கீழே உட்கார்ந்தார்.

சலித்துப்போன உள்ளத்தின் சிந்தனை வேகத்தை, அந்த ஒரு சிமிட்டாப் பொடி கிண்டிவிட்டது. அவருடைய கண்முன் நெசவுலகத்தின் தாழ்மையே தடுமாறிக் கொண்டிருந்தது.

"நெசவுத் தொழிலாம், நெசவுத் தொழில்! தலை சிறந்த தொழிலாம் அது. வள்ளுவர்கூட, நெசவினால் ஜீவனம் நடத்தினாராம். அது அவர் காலத்துக் குச் சரியாய்ப் போச்சு. அப்பன் வெட்டின கிணறேன்னு உப்புத் தண்ணியைக் குடிக்கவா? இது வள்ளுவர் யுக மில்லையே! ஔரங்கசீப் தினந்தோறும் கொஞ்சமாவது நூற்றாலொழியச் சாப்பிட மாட்டானாம். ஆனால் அவனுக்கு நூற்க வேண்டிய கவலை இருந்ததேயொழிய, அதை விற்கும் கவலையும், அதைக்கொண்டு சாப்பிட வேண்டிய கவலையும் இருந்ததா? எங்களுக்கோ நூற்கும் போதே சாப்பாட்டுக் கவலைதானே முன்னே நிற்கிறது!

"அன்னைக்கி, என்னமோ எங்கள் தெருவிலே, நாலு இளவட்டப் பிள்ளைகள் வந்து கூட்டம் போட் டாங்க. "நாட்டின் தற்காலப் பிரச்னையில் உற்பத்தியும் ஒன்று. ஆதலால், உற்பத்தியைப் பெருக்குங்கள். உலக மக்களின் நித்திய தேவையைப் பூர்த்தி செய்வதில், உங்கள் கடமையையும் செய்யுங்கள்" என்று என்ன வெல்லாமோ சொல்லி, நெசவுத் தொழிலாளர் சங்க மின்னு ஒண்ணை ஏற்படுத்தினார்கள். என்னமோ சந்தா சந்தான்னு இரண்டு மாசமா எட்டெட்டு அணா அழுதது தான் மிச்சம். இன்னம் கமிட்டி அமைக்கிறாங்களாம் கமிட்டி!"

"இந்த இளவட்டங்கள் தான் இப்படின்னா, அந்தப் பொக்கைவாய் சேவா கிராமத்துக் கிழவராவது சும்மா யிருக்காரா? இந்தியக் கைத்தொழிலை ஆதரிக்கணுமாம். தெரியுதே, இந்தியக் கைத்தொழிலுக்கு எவ்வளவு ஆதரவு இருக்குன்னு!"

"எவனும் என்னத்தையாவது, சொல்லிட்டுப் போறான்னு, நம்ம பாட்டுக்கு நெய்து விற்கக்கொண்டு போனா, - வாங்கிறாங்களோ, வாங்கலையோ- 'இது என்ன சேலை! "பிரிண்டெட் ஸாரி யெல்லாம் எவ்வளவோ, 'சீப்'பாக் கிடைக்குது' என்று மார்க்கட்நிலவரத்தைக் கூறுகிறாள், அந்த வேதக்கார வாத்தி யம்மா!

"கொஞ்சம் பெரிய வீட்டுக்குப் போனா, அவர்களுக்கு எல்லாம் ஜார்ஜெட்டும், ஸ்பன் ஸில்க்கும், தியாகபூமி யுந்தான் பிடிக்கும். இந்தக் கொற்நாடும், கொட்டடியும் எங்கே பிடிக்கப்போகிறது? சாயம் போகும் போலிருக்கேன்னு, சேலை முனையைச் சுண்ணாம்பு வைத்து நீற்றிக் கசத்திப் பார்க்கிறார்கள்.

பஜார்க் கடையிலே, சாயம் போகிற சேலையாயிருந்தாலும், அது கண்ணாடிப் பீரோ விலல்லவா இருக்கிறது? அதைத்தான் வாங்குவார்கள்.

"கர்மம். உலகமே யந்திரமாய்ப் போச்சு. என்னைக்கி இந்தச் சீமைத்துணி இங்கே காலடி எடுத்து வச்சுதோ, அன்னைக்கே, எங்க வீட்டிலே அக்காளும் குடியேறிட்டா. எங்கே பார்த்தாலும், மில்கள் ஏற்பட்ட பின்னாடி நாங்கள் இந்த ஓட்டைத் தறியை வச்சு, எவ்வளவு நா தான் காலந்தள்ளுறது? ஆனால், மனுஷனும், மெஷினும் ஒன்றாகுமா? இடியோடு, மத்தளம் போட்டி போட முடியுமா?"

"சே! இந்தச் சேலைகளை வித்து, அதைக்கொண்டு தீபாவளி கொண்டாட! இந்தத் தீபாவளி கொண்டாட லைன்னாதான் என்ன? ஊரிலே ஒரு சாமான் கிடைக்கவே.

தெருவுக்குத் தெரு எங்கே பார்த்தாலும், அநாதைப் பிரேதங்களாய்க் கீழே விழுகுது! தீபாவளியாம், தீபாவளி! இது யாருக்கு வேணும்?'

சுப்பையா முதலியார் பொடி மட்டையைப் பிரித்து, ஒரு விரற்கடைப் பொடியை எடுத்து உறிஞ்சிக்கொண் டார். வெயிலில் அலைந்து சூடேறிப்போன, வழுக்கை உச்சியில் கைவைத்துத் தடவிக் கொண்டே, மூட்டையின் மேல் சாய்ந்தார்.

பக்கத்திலிருந்த எலிமெண்டரி ஸ்கூலிலிருந்து வந்த பாடல் அவரை மீண்டும், சிந்திக்கத் தூண்டியது.

"ஆண்டிலே ஓர்நாள் தீபாவளியடா—அதை ஆண்டியும் கொண்டாட வேண்டுமடா!?" என்ற அடிகள் முதலியாரை வசீகரித்தன. கூன் விழுந்த உள்ளம் மீண்டும் எழுந்து நின்று பார்த்தது.

ஆண்டியும் கொண்டாட வேண்டும். நாமென்ன ஆண்டியை விடவா, கேவலமாப் போயிட்டோம். "சே! எப்படியும் தீபாவளி கொண்டாடித்தான் தீரவேண்டும்?"

அவர் மனதில் மீண்டும் உற்சாகம் முளைத்தது. களைப்புத் தீர்ந்த அவர் கால்கள் மீண்டும் நடக்க ஆரம்பித்தன.

"சேலை! நயம் சேலை!"

ரொம்பவும் நம்பிக்கையோடு கூவிக்கொண்டு சென்றார். எங்கு அலைந்தாலும் விற்றுவிடத்தான் வேண்டும் என்ற திடசித்தத்தோடு போனார்.

ஆனால், தெருக்காட்டில், விற்பதாகத் தெரியவில்லை. மேலும் அலையக் காலில் தெம்பு இல்லை.

"சந்தைக்குப் போனால் எப்படியும் விற்றுவிடலாம்" என்று தோன்றியது.

சந்தைக்குச் சென்று, கட்டவேண்டிய கட்டணத்தைக் கட்டிவிட்டு, கடையைப் பரப்பினார். அவர் ஆயுளிலேயே அதுதான் கடை பரப்பி விற்பது. விற்றுவிட வேண்டும் என்ற ஆர்வம் அவரை அப்படியெல்லாம் பண்ணத் தூண்டிற்று.

சந்தையிலே, பெரிய வீட்டுப் பெண்கள் மட்டுமா வருவார்கள். அவர்கள் ஒருவருக்காவது இவருடைய சேலை பிடிக்காமலா போய்விடும்?

சில பேருக்கு அவை பிடித்தன.

சூரியன் மலைவாயில் விழுவதற்குள், அவர் நினைத்த படியே விற்க ஆரம்பித்தன. பன்னிரெண்டு ரூபாயும் கொஞ்சம் சில்லறையும் மடியில் குலுங்கின.

மிஞ்சியிருந்த சில சேலைகளைச் சுருட்டி மூட்டை கட்டிக் கொண்டு கிளம்பினார்.

இவ்வளவு நேரமும் சேலை விற்கும் ஆர்வத்திலே மறந்து கிடந்த பசி, அவர் வயிற்றைக் கிண்டியது. விறு விறு என்று வீட்டை நோக்கி நடக்கலானார்.

அஸ்தமனத்தை உணர்ந்த காக்கைக் கூட்டம்' "காகா" என்று இரைந்துகொண்டே, கூடுகளுக்குப் பறந்து சென்றன.

"எல்லாம் உன் சகுனபலந்தான்!" என்று அண்ணாந்து நின்று, காக்கைகளை வாயார வாழ்த்தினார், முதலியார்.

"ஆண்டிலே ஓர் நாள் தீபாவளியடா - அதை
ஆண்டியுங் கொண்டாட வேண்டுமடா"

என்ற அந்தப் பள்ளிப் பையனின் வரிகள் அவருடைய காதில் தாளம் போட்டுக்கொண்டிருந்தன.

அன்று தீபாவளி இரவு;

அடுப்பிலே வெந்துகொண்டிருந்த பலகார வாசனை திண்ணையில் படுத்திருந்த சுப்பையா முதலியாரை உசுப்பி எழுப்பிற்று நிம்மதி நிறைந்த மனத்தோடு, சோம்பல் முறித்துக்கொண்டே, எழுந்திருந்தார்.

தலைமாட்டில் இருந்த பொடித் தடையைத் தடவி எடுத்துக் கொஞ்சம் பொடி உறிஞ்சிக் கொண்டார்.

தலையணைமேல் விரித்திருந்த துண்டை உதறித் தோளில் போட்டுக் கொண்டு, வீட்டினுள் சென்றார். உள் கட்டில்

குழந்தைகள் எல்லாம் இன்னும் இருளின் அமைதியிலே, சுகமாய்த் தூங்கிக் கொண்டிருந்தன.

நேராக அடுக்களையுள் சென்றார். அங்கு அவருடைய மனைவி, பலகாரம் வேகவைத்துக் கொண்டிருந்தாள். முதலியாருக்கு என்னவோ ஒருவித உற்சாகம் கிளம்பி விட்டது. மனைவி, குழந்தைகள் இவர்களை ரக்ஷிக்கும் ரக்ஷக புருஷனாகத் தோன்றினார்.

மனைவியின் பலகார வேலையில் தானும் பங்கெடுத்துக் கொண்டார். அதிலே அவருக்கு ஒரு திருப்தி.

"உங்களுக்கென்ன தெரியும்? நீங்க போய் எண்ணையெத் தேயுங்க" என்று மனைவி ரொம்பவும் சாகசமாய்ச் சொன்னாள்.

முதலியார் பதில் பேசவில்லை. அந்த அடுப்பின் சுழல் தீயின் ஒளியில், தம்முடைய மனைவியைப் பார்த்தார். என்னவோ ஒரு வயதுப்பெண் தங்கக் குழம்பில் குளித்து எழுந்ததுபோல் தோன்றியது.

அவர் மனத்தின் குதூகலமும், பூர்ண நிறைவும், கிளுகிளுப்பை ஊட்டிற்று

"பேச்சி!" என்ற இளங்குரலோடு, அவளைப் பிடித்து முகத்தில் முத்தமிட்டு விட்டார். இளமை மீண்டும் திரும்பியது போல இருந்தது, அவருக்கு.

முத்தம்பட்ட இடத்தைத் தடவிக்கொண்டே, மனைவி சொன்னாள்.

"என்ன இது! நல்ல நாளுங் கிழமையுமா? வருஷத்திற்கே ஒரு நாள்.... அன்னைக்குமா இப்படி?"

"இல்லைடீ! என் வாழ்விற்கே ஒருநாள்!" என்று நிமிர்ந்து நின்று சொன்னார் ஆண்பிள்ளைச் சிங்கம் சுப்பையா முதலியார்.

"போதும் விளையாட்டு. விடிந்த பிறகுமா...!" என்று முனகினாள், மனைவி.

"ஆமாம்; விடிந்துவிட்டது!" என்று ஆமோதிப்பதைப் போலக் கரைய ஆரம்பித்தது, காக்கைக் கூட்டம்.

-1941

★★★

www.ingramcontent.com/pod-product-compliance
Lightning Source LLC
LaVergne TN
LVHW051124051026
849532LV00004BB/1664
* 9 7 8 8 1 9 9 8 1 1 7 8 2 *